मनू बाबा

पांडुरंग सदाशिव साने

Title: Manu Baba

Author: Pandurang Sadashiv Sane

Language: Marathi

First Published on: 1941

Published on: 2024

Book Format: Paperback

Category: Fiction

Subject: Short Stories

No. of pages: 73

Size: 6inch * 9inch

मनूबाबा

जन्मभूमीचा त्याग	3
एकाकी मनू	8
जमीनदार व त्याचे दोन मुलगे	11
सोने परत आले	22
संपतरायाचे लग्न	30
सोनी	34
सत्य लपत नाही	45
सोनीचा नकार	50
सोनीचे लग्न	58
जन्मभूमीचे दर्शन	69

This page is intentionally left Blank.

जन्मभूमीचा त्याग

बहुळा नदीच्या तीरावर सायगाव म्हणून एक गाव होता. गाव मोठा सुखी व समृद्ध होता. गावात नाना प्रकारचे धंदे चालत. शेतकरी, विणकरी, रंगारी, पिंजारी, सोनार, सुतार, लोहार, कुंभार- सर्व प्रकारचे लोक होते. गावात भांडण बहुधा होत नसे. मारामारी होत नसे कोणी कोणाचा हेवादावा करीत नसे. सारे गुण्यागोविंदाने नांदत.

सायगावची एक विशिष्ट परंपरा होती. त्या गावचे लोक कधी राजाकडे न्याय मागायला जात नसत. 'पाप करणारा असेल त्याला देव शिक्षा करीलच' असे ते म्हणत. 'पाप करणाऱ्याचे मन त्याला खातच असते, आणखी त्याला शिक्षा कशाला?' असेही कोणी म्हणत. जर गावात अपराध झालाच, तर सारे लोक देवळात जमत. कोणी अपराध केला त्याची चौकशी होई. अपराध करणाऱ्याचे नाव देवासमोर सांगण्यात येई. त्याला दुसरी शिक्षा नसे. गावातील सर्व लहान-थोरांना अपराध करणाऱ्याचे नाव कळे. त्याच्याकडे सारे लोक 'हा तो अपराधी' अशा दृष्टीने बघत. हीच शिक्षा.

सायगावात विनू व मनू दोघे मित्र होते. विनूला मनूशिवाय करमत नसे व मनूला विनूशिवाय. मनू एकटा होता. त्याचे आईबाप मरण पावले होते. त्याची लहान बहीण होती. या बहिणीवर त्याचा फार लोभ. परंतु ती बहीणही देवाघरी गेली. मनूला अपार दुःख झाले. जीवनात त्याला अर्थ वाटेना. कोणासाठी जगावे, का जगावे ते त्याला कळेना. परंतु विनूमुळे तो वेडा झाला नाही.

मनू विणकर होता. विणण्याची कला त्याच्या बोटांत होती. धाकटी बहीण होती. तेव्हा तिच्यासाठी तो विणी. पैसे मिळवून बहिणीला नटवी. पुढे-मागे बहिणीचे लग्न करावे त्यासाठी तो पैसे साठवी. परंतु बहीण देवाकडे निघून गेल्यावर मनू फारसे काम करीत नसे. देवाने त्याच्या जीवनाचे वस्त्र जणू दुःखाने विणले होते. ते दुःखाचे वस्त्र पांघरून मनू घरी कोपऱ्यात बसे विनू येई तेव्हा मात्र तो जरासा हसे.

असे काही दिवस गेले. एकदा काय झाले, त्या गावात एक परका पाहुणा आला. त्याच्याजवळ बरेचसे पैसे होते. विनूला पैसे पाहिजे होते. विनूच्या मनात पाप आले. त्या श्रीमंताचा खून करावा असे त्याच्या मनात आले.

शेवटी त्याने संधी साधून त्या श्रीमंताचा खून केला. त्याची पिशवी त्याने लांबविली. परंतु खून पचवायचा कसा?
विनूने रक्ताने माखलेला सुरा मनूच्या उशाशी ठेवून दिला. मनू झोपलेला होता. विनू मुकाट्याने आपल्या घरी जाऊन पडला. सकाळ झाली. प्रवासी मरून पडलेला दिसला. सर्व गावभर वार्ता गेली. कोणी केला तो खून? कोणी केले ते पाप?

मनू जागा झाला. त्याच्या उशाशी रक्ताने माखलेला सुरा होता; तो दचकला. तो सुरा हातात घेऊन तो वेड्यासारखा बाहेर आला. लोक त्याच्याकडे पाहू लागले.

“हा पाहा लाल सुरा, रक्तानं रंगलेला सुरा! कुणाचं हे रकत? कुठून आला हा सुरा? माझ्या उशाशी कुणी ठेवला? लाल लाल सुरा.” असे मनू बोलू लागला.

“यानंच या प्रवाशाचा खून केला असेल.”

“आणि स्वत: साळसूदपणा दाखवीत आहे.”

“त्याला खून करून काय करायचं होतं?”

“देवाला माहीत. एकटा तर आहे. पैसे हवेत कशाला?”

“लोभ का कुठं सुटतो?”

असे लोक म्हणू लागले. मनूला काही समजेना. तो वेड्याप्रमाणे बघू लागला.

“मी कशाला कोणाला मारू? मी आधीच दु:खाने मेलो आहे. मला कशाचीही इच्छा नाही. ना धनाची, ना सुखाची! कोणी तरी हा सुरा माझ्या उशाशी आणून ठेवला असावा. स्वत:चं पाप या गरीब मनूवर ढकलीत असावा.” मनू म्हणाला.

त्याच्या म्हणण्याकडे कोणी लक्ष देईना. शेवटी देवळात सारे लोक जमले. मनू तेथे दु:खाने हजर राहिला. मनूनेच तो खून केला असावा, असे सर्वांचे मत पडले. मनूची मान खाली झाली होती. ईश्वराने त्याचे आईबाप नेले होते;

त्याची बहीण नेली होती. आता त्याची अब्रूही परमेश्वर नेऊ पाहात होता; जीवनातील सर्वांत मोठी मोलवान वस्तू. तीही आज जात होती. मनूने विनूकडे पाहिले. परंतु विनू त्याच्याकडे पाहीना. आपला मित्र तरी आपणांस सहानुभूती दाखवील असे मनूस वाटत होते. परंतु तीही आशा का विफळ होणार?
मनू उभा राहिला. तो म्हणाला, "सर्व गावानं मला अपराधी ठरवलं आहे, परंतु मी निष्पाप आहे. इथं असलेल्या सर्वांना का मी खुनी आहे असं खरोखर वाटतं? निदान माझा मित्र विनू तरी तसं म्हणणार नाही. मित्र मित्राला ओळखतो. माझा स्वभाव विनूला माहीत आहे. विनू, तुझं काय मत आहे ते सांग. साऱ्या गावानं जरी मला दोषी ठरविलं तरी मला त्याची पर्वा नाही, परंतु मित्र दोषी न ठरवो. विनू, तुझ्या डोळ्यांनाही मी खुनीच दिसतो का? सांग, तुझं मत सांग. तुझ्या मताची मला किंमत आहे. तुझ्यामुळं मी जगलो आहे. या जीवनात तुझाच काय तो एक स्नेहबंध मला आहे. विनू, बोल. माझ्याकडे बघ. माझे हात कोणाच्या उरात भोकसतील का सुरा? सुंदर वस्त्र विणणारे हे हात, ते का कोणाचं जीवनवस्त्र कापून टाकतील? शक्य आहे हे? सांग, मित्रा, तुझं मत सांग. तुला जे खरोखर वाटत असेल ते सांग."

विनू उभा राहिला. तो म्हणाला, "मनू माझा मित्र आहे. परंतु सत्याशी माझी अधिक मैत्री आहे. सत्याला मी कधी सोडणार नाही. मनू, मनुष्याच्या मनात केव्हा काय येईल त्याचा नेम नसतो. निर्मळ आकाशात केव्हा काळे ढग येतील ते काय सांगावं? तुझ्या उशाशी तो सुरा होता. तो का दुसऱ्यानं आणून ठेवला? तूच तो खून केला असावास, मलाही असंच वाटतं. माझ्या मित्रानं खून करावा याचं इतर सर्वांपेक्षा मला अधिक वाईट वाटत आहे. 'खुनी माणसाचा मित्र' असं आता लोक मला म्हणतील व हिणवतील. मनू, काय केलंस हे? केलसं तर केलसं, परंतु पुन्हा निरपराधीपणाचा आव आणू बघतोस. हे तर फारच वाईट. हातून पाप झालं तर कदाचित दुःखाच्या लहरीत, उदासीनतेच्या लहरीत, वेडाच्या लहरीत केलं असशील हे पाप. परंतु ते कबूल करून गावाची क्षमा मागण्याऐवजी तू दंभ दाखवीत आहेस, काय याला म्हणावं?"

आपल्या मित्राच्या तोंडचे ते शब्द ऐकून मनूचे तोंड काळवंडले. जिथे त्याची सर्व आशा तिथेच निराशा पदरी आली. ज्याच्यावर आपण प्रेम करतो त्यानेही आपल्याविषयी गैरसमज करून घ्यावा ह्यासारखे दुनियेत दुसरे दुःख नाही, तो सर्वांत प्रखर असा प्रहार असतो.

सभा संपली. मनूला 'खूनी मनू' म्हणून संबोधन्यात येऊ लागले. मनू घरातून बाहेर पडेना. तो भयंकर मन:स्थितीत होता. एके दिवशी रात्री सायगाव सोडून जाण्याचे त्याने ठरविले. तीव्र निराशेने तो घेरला गेला होता. 'या जगात न्याय नाही, सत्य नाही, प्रेम नाही काही नाही!' असे तो मनात म्हणाला. जगात देव नाही, धर्म नाही मरता येत नाही म्हणून जगायचे. जग म्हणजे एक भयाण वस्तू आहे असे त्याला वाटले.

मध्यरात्रीचा समय. सर्वत्र अंधार होता. मनूच्या मनात बाहेरच्या अंधाराहूनही अधिक काळाकुट्ट असा अंधार पसरला होता. परंतु तो उठला. ते पूर्वजांचे घर सोडून तो निघाला. जेथे त्याच्या आईबापांनी त्याला वाढविले, जेथे आपली पोरकी बहीण त्याने प्रेमाने वाढविली, असे ते घर सोडून तो निघाला. त्याला वाईट वाटले; त्याच्या डोळ्यांतून पाणी आले. परंतु शेवटी प्रणाम करून त्याने घराबाहेर पाऊल ठेवले. तो रस्ता चालू लागला. बहुळा नदीच्या तीरावर तो आला. त्या नदीत तो कितीदा तरी डुंबला असेल. मित्राबरोबर पोहला असेल. बहुळेच्या काठी एका खडकावर तो बसला. वरती तारे चमचम करीत होते. मनूच्या मनात शेकडो स्मृती जमल्या होत्या. हृदयात कालवाकालव होत होती. मोठ्या कष्टाने तो उठला. त्या मध्यरात्री बहुळेचे तो पाणी प्यायला. पुन्हा एकदा गावाकडे वळून त्याने प्रणाम केला. बहुळेला प्रणाम केला आणि वेगाने निघाला. लांब लांब जाण्यासाठी मनू निघाला, जेथे त्याला कोणी खुनी असे म्हणणार नाही तेथे जावयास तो निघाला. मातृभूमीला रामराम करून तो निघाला.

एकाकी मनू

मनू आता रायगावात होता. या गावात येऊन त्याला पंधरा वर्षे झाली. परंतु त्याची कोणाशी मैत्री नव्हती. गावाच्या टोकाला त्याची लहानशी झोपडी होती. ही झोपडी म्हणजे त्याचे जग. या झोपडीत त्याचा विणण्याचा माग होता. विनू दिवसभर विणीत असे. चांगला विणकर म्हणून त्याची प्रसिद्धी झाली होती. मोठमोठ्या श्रीमंतांच्या बायकांकडून त्याला काम येई. त्याला भरपूर काम मिळे व मजुरीही चांगली मिळे.

मिळालेले पैसे मोजणे एवढाच काय तो मनूचा आनंद होता. त्याला दुसरा आनंद नव्हता. सायंकाळ झाली म्हणजे मनूचा माग थांबे. मग तो मिणमिण दिवा लावी. चुलीवर भाकरी भाजी. ते साधे जेवण संपवून तो आपल्या मागाजवळ येई. तेथे जमिनीत पुरलेले एक लोखंडी भांडे असे. त्यातील सोन्याची नाणी काढून तो मोजीत बसे. साऱ्या खिडक्या बंद असत, दारे लावलेली असत, आणि मनू ती सोन्याची नाणी हातांत घोळवीत बसे. त्या सोन्याच्या मोहरा तो हृदयाशी धरी. जणू त्याचे ते जीवनसर्वस्व होते.

सोन्याची नाणी त्या लोखंडी भांड्यात मावेनाशी झाली. मनूने दोन चामड्याच्या पिशव्या विकत घेतल्या, त्यांत ती नाणी त्याने ठेवली. सोन्याच्या नाण्यांत नेहमी भर पडत असे. मनू चैन करीत नसे. त्याच्या अंगावर फाटके वस्त्र असे. तो चांगले पदार्थ खात नसे. ना दुधातुपाचा थेंब. कोरडी भाकर तो पाण्याबरोबर खाई. सोन्याचे नाणे अधिक कसे पिशवीत पडेल याचीच त्याला अहर्निश चिंता असे.

मनूचे जीवन केवळ यांत्रिक झाले होते. दिवसभर तो खटक खटक मागाचा आवाज त्याच्या कानांत भरत असे, आणि रात्री त्या नाण्यांचा आवाज. तिसरा आवाज त्याला माहीत नव्हता. त्याचे डोळे विचित्र दिसत. ना त्या डोळ्यांत कोणताही भाव. ते डोळे यांत्रिक झाले होते. त्या डोळ्यांचे पाहाणे अर्थहीन झाले होते. मनूची मुद्रा फिक्कट झाली होती. तोंडावर ना तेज ना प्रसन्नता. मनू एखाद्या भुतासारखा भासे. गावातील लोकांना त्याची भीती वाटे. तरीही त्याच्याकडे कधी कधी बायका आपली मुले घेऊन येत. मुलांचे रोग कसे बरे करावेत ते मनूला माहीत होते. त्याला अनेक औषधे माहीत होती. तो साधी साधी औषधे सांगे. झाडांचे पाले, वनस्पतींची मुळे हीच त्याची औषधे, परंतु मुलांचे रोग बरे होत. बायका त्याला धन्यवाद देत. जरी

असे धन्यवाद मिळत असले तरी एक प्रकारची मनूबद्दलची भीतीही बायकांना वाटे. कोणी म्हणत, "मनूला भूतविद्या येते. पिशाच्चं त्याला वश आहेत, म्हणून त्याला रोग बरे करता येतात. नाही तर या बावळटाला कोठली येणार वैद्यकी?" कोणी म्हणत, "मनू अधांतरी चालतो. शरीरातून आपला प्राण वाटेल तिथं नेतो. पुन्हा शरीरात येतो. त्याला योगविद्या येते." असे नाना तर्कवितर्क त्याच्याविषयी चालत.

मुले त्याच्या झोपडीत डोकावत व म्हणत, "ते पाहा भूत बसलं आहे. मागावर बसून विणीत आहे. कसा म्हातारा दिसतो नाही?" कोणी त्याला 'ए म्हातारड्या मनू' अशी हाक मारीत. मनू त्यांच्याकडे बघे. मुले पळून जात. मनूबद्दल जरी भीती वाटत असली तरी हा निरुपद्रवी मनुष्य आहे अशी सर्वांची खात्री झाली होती. पंधरा वर्षांत त्याचे कोणाजवळ भांडण नाही, कधी तंटा नाही, तक्रार नाही. विणाईच्या मजुरीविषयी घासघीस नाही. जे लोक देत ते तो घेई. लोकांना त्याची करुणा वाटे. एकटा जीव. कोणी सखा ना मित्र. मूल ना बाळ. कसा राहात असेल बिचारा, असे सर्वांना वाटे.

मनूच्या साऱ्या भावना गोठून गेल्या होत्या. त्याचे सारे प्रेम, त्याचा सारा लोभ, त्या सुवर्णमुद्रांत साठवला होता. आईबाप आपल्या मुलांना कुरवाळतात. मनू ती सोन्याची नाणी कुरवाळी. हातांत घोळून घोळून ती सोन्याची नाणी गुळगुळीत झाली होती. 'शंभर झाली माझी नाणी आता सव्वाशे होतील. सव्वाशेची दीडशे व दीडशांची दोनशे होतील,' असे तो मनात म्हणे व त्या मोहरांचे चुंबन घेई.

त्याच्या हृदयातील ओलावा एखादे वेळेस नकळत प्रकट होई. मनूच्या घरात फारशा वस्तू नव्हत्या. एक मातीचा घडा होता, तो मनूला फार आवडे. त्या मडक्यावर त्याचा जीव होता. तो घडा घेऊन विहिरीवर जाई व रोज भरून आणी. हलक्या हाताने तो घडा मनू स्वच्छ करी. त्या घड्यातील निर्मळ पाण्याकडे तो बघत राही. 'मनुष्याच्या डोक्यापेक्षा हा घडा निर्मळ आहे. डोक्यात घाणेरडे विचार येतात, परंतु माझ्या या मडक्यात घाणेरडे पाणीही निर्मळ होते!' असे तो म्हणे.

परंतु एके दिवशी तो घडा फुटला. त्याचे तीन तुकडे झाले. त्या तीन तुकड्यांत त्याचे त्रिभुवन होते. त्या तुकड्यांकडे तो पाहात राहिला. इतके दिवस तो घडा त्याच्यासाठी झिजला होता. पंधरा वर्षे त्या घड्याने निर्मळ जीवन दिले. तो

घडा मनूच्या जीवनाचा जणू एक भाग झाला होता. तो घडा निर्जीव नव्हता. तो घडा मनूशी बोले, मनूशी हसे. परंतु तो घडा आज गेला. एक महान मित्र गेला. मनूने आदराने ते तीन तुकडे उचलून घरी आणले. ते तीन तुकडे त्याने कसे तरी सांधवून तेथे ठेवले. ते जणू त्या घड्याचे स्मारक होते. ती जणू आठवण होती. फुटलेल्या घड्याला मनूच्या प्रेमाने जणू पुनर्जन्म दिला. परंतु तो घडा आता पाण्याच्या उपयोगी नव्हता.

मनूच्या झोपडीतील साऱ्या वस्तू जणू सजीव होत्या. तो मग गाणे गाई. ते फुटके मडके बोले. ती सोन्याची नाणी म्हणजे तर परमानंद. त्या खोलीतील वस्तू म्हणजे त्याचे मित्र. तेच त्याचे कुटुंब. तीच त्याची मुलेबाळे. अशा रीतीने मनूचे आयुष्य चालले होते. तो आता म्हातारा दिसू लागला. त्याचे वय फार तर चाळीस असेल. परंतु सारे त्याला “बुद्धेबाबा” म्हणून म्हणतात.

जमीनदार व त्याचे दोन मुलगे

रायगावात दिगंबरराय हा मोठा जमीनदार होता. सारा गाव त्याला मान देई. गावात काही तंटाबखेडा झाला, तर त्याचा निवाडा दिगंबरराय करायचे. दिगंबररायांना दोन मुलगे होते. मोठ्या मुलाचे नाव संपतराय व धाकट्याचे नाव ठकसेन. दिगंबररायांची पत्नी मरण पावली होती. घरात आचारी स्वयंपाक करी. घरात सारी अंदाधुंदी असे. सारा पसारा. घरात स्त्री असेल तर व्यवस्था राहाते. स्त्रियांशिवाय घराला शोभा नाही. सारे ओसाड, उदास व भगभगीत दिसते.

“संपत, तू आता लग्न कर. त्या दलपतरायांची मुलगी इंदुमती तुला साजेशी आहे. त्यांचं घराणंही माठं खानदानीचं आहे. इंदुमतीचंही तुझ्यावर प्रेम आहे. तिच्या पित्यानं तिचं कधीच लग्न केल असतं, परंतु तिचं तुझ्यावर प्रेम आहे असं त्याला कळलं. त्यामुळं तो थांबला आहे. संपत, तू का नाही होत लग्नाला तयार? वेळीच सारं करावं. तुझी पचविशी उलटून गेली. माझं ऐक. मीही आता म्हातारा झालो आहे. मरणापूर्वी घराला कळा आलेली पाहू दे. घरात सून म्हणजे घराला शोभा येईल, घरात आनंद येईल, व्यवस्थितपणा येईल. हल्ली घर म्हणजे धर्मशाळा वाटते. घराला घरपणा स्त्रियांशिवाय नाही. करतोस का लग्न?” पित्याने विचारले.

“बाबा, थोडे दिवस आणखी जाऊ देत. इंदुमतीच माझ्यावर प्रेम आहे ही गोष्ट मला माहीत आहे. ती आशेनं आहे. तिची आशा पूर्ण होईल. परंतु काही दिवस थांबा. मी तुमच्या शब्दांबाहेर नाही. खरोखर नाही.” संपत म्हणाला.

“तू चांगला आहेस. तो ठकसेन तर वाटेल ते करतो. त्याला काही घरबंधच नाही. तू माझी आशा. तू कुळाचं नाव राख. तू कुळाची परंपरा सांभाळ. आपली प्रतिष्ठा जाऊ देऊ नकोस. आणि संपत, आता घरचा कारभार तूच पाहू लाग. हिशेब वगैरे ठेव. जमाखर्च बघ. चांगला हो. समजलास ना?” पिता म्हणाला.

“होय बाबा, मी कारभार बघत जाईन. तुमचा त्रास कमी करीन. तुमचं सुख ते माझं.” संपत म्हणाला.

एके दिवशी संपत वसूलगोळा करून येत होता. चारपाचशे रुपयांचा वसूल आला होता. बाबांना केव्हा एकदा सांगू असे त्याला झाले होते. इतक्यात तिकडून धाकटा भाऊ ठकसेन आला. त्याला चुकवून संपत जाऊ जाऊ बघत होता. परंतु ठकसेन जवळ आलाच.
"दादा, भावाचा असा का रे कंटाळा करतोस? तुझ्याशिवाय मला करमत नाही. मी कुठे गेलो तरी तुझी आठवण येते, आणि पुन्हा मी तुला भेटायला येतो. आज बरेच दिवसांनी आलो तरीही मला पाहून तुला आनंद का होत नाही?" ठकसेनाने विचारले.

"ठकसेन, बाबांना तू आवडत नाहीस, म्हणून मलाही तू आवडत नाहीस. तू वाटेल तसा वागतोस. उधळपट्टी करतोस. तुला ताळतंत्र नाही. आपल्या घराण्याचा मोठेपणा तुझ्या लक्षात येत नाही. सारे लोक तुला हसतात, नावं ठेवतात. तुझबरोबर मी राहीन तर मलाही नावं ठेवतील." संपत म्हणाला.

"दादा, तुझं माझ्यावर प्रेम नसलं तरी माझं तुझ्यावर आहे. मला जे लागतं ते मी फक्त तुझ्याजवळ मागतो. तू नाही नाही म्हणतोस परंतु मला देतोस. तू वरून नाही दाखवलीस तरी मनात माझ्याबद्दल तुला सहानुभूती आहे. दादा, आज मी अडचणीत आहे. मला तीनशे रुपये पाहिजेत. दे, कोठूनही दे. नाही म्हणू नकोस." ठकसेन हात धरून म्हणाला.

"कुठून देऊ पैसे? मागे दिले होते. आज पुन्हा कुठून देऊ? बाबांना हिशेब द्यायचा आहे. सोड. जाऊ दे मला." संपत रागाने म्हणाला.

"मी तुझा हात सोडणार नाही. तू माझा दादा. तू माझा मोठा भाऊ. तुझा आधार मी कसा सोडू? दादा, तू पैसे दिलेच पाहिजेस. मला नाही देणार? तुझी ती गोष्ट,- हं. मी कोणाला ती सांगणार नाही. दादाची गुप्त गोष्ट मी कशी कोणाला सांगू? दादा म्हणजे कुळाचं भूषण, कुळाची कीर्ती, खरं ना? मी तुझी गोष्ट माझ्या पोटात ठेविली आहे. परंतु मला पैसे दे. फक्त तीनशे. आज अधिक नकोत." ठकसेन हसत म्हणाला.

"घे बाबा. तू तरी एक माझ्या मानगुटीस बसलेला गिऱ्हाच आहेस. पुन्हा नको मागू." संपत म्हणाला.

“पुन्हा लागले म्हणजे मागेन. दादाजवळ नाही मागायचे तर कोणाजवळ? गिऱ्हा म्हण, भूत म्हण, काही म्हण. पैसे देत जा म्हणजे झालं. तुझी गोष्ट मी कधीही कोणाला सांगणार नाही, खरं ना?” असे म्हणून ठकसेन निघून गेला. ठकसेनाचे उपद्व्याप सारखे चाललेले असत. त्याने कुबेराला भिकेस लाविले असते. खावे, प्यावे, चैन करावी यापलीकडे त्याला कर्तव्य नव्हते. तो रायगावात फारसा राहात नसे. पैसे घेऊन बाहेर जाई. तिकडे चैन करावी, रंगढंग करावे. पैसे संपले की तो घरी परत येई. तो वडिलांना कधी तोंड दाखवीत नसे. परंतु वडील भावाच्या पाठीस लागत असे. आणि काय असेल ते असो, वडील भाऊ त्याला भीत असे. ठकसेनाच्या हातात वडील भावाच्या जीवनाची कोणती तरी एक कळ होती. त्यामुळे दादापासून त्याला पैसे उकळता येत.

ठकसेन तीनशे रुपये घेऊन गेला. परंतु तीन महिनेही त्याला झाले नाहीत, तो तो पुन्हा आला, पैशासाठी पुन्हा दादाच्या खनपटीस बसला.

“दादा, मला पाचशे रुपये हवेत या वेळेला.” तो म्हणाला.

“दादाला वीक आता व घे पैसे.” संपत म्हणाला.

“दादाला कसं विकू? दादाची घोडी आहे ती फार तर विकीन. तुझी घोडी? विकली तर पाचशे रुपये सहज मिळतील. देतोस मला तुझी घोडी? दे. उद्या बाजारात विकीन. दादा, तू माझा आधार. आणि तुझी ती गोष्ट मी कोणाला ती सांगणार नाही. माझं तुझ्यावर प्रेम आहे. खरचं.”ठकसेन कावेबाजपणे हसून म्हणाला.

“घोडी कशी विकायची?” संपत संतापून म्हणाला.

“कशी म्हणजे? बाजारात. मी विकीन. तू नको येऊ. तुला तो कमीपणा वाटेल. नेऊ ना तुझी घोडी?” त्याने पुन्हा विचारले.

“बाबा काय म्हणतील?” संपत खिन्नतेने म्हणाला.

“जरा रागावतील. मग गप्प बसतील. मी घेऊन जातो घोडी. उद्या गुरांचा बाजार आहे शेजारच्या गावी. तिथं विकीन. माझी अडचण भागेल. माझं तुझ्यावर प्रेम आहे. खरचं.” असे म्हणून ठकसेन निघून गेला.

शेजारच्या गावी गुरांचा बाजार भरला होता. सुंदर सुंदर घोडे तेथे विक्रीसाठी आणलेले होते. ठकसेनही घोडी घेऊन उभा होता. ती घोडी आसपास प्रसिद्ध होती. पूर्वी अनेकांना ती घोडी विकत घेण्यासाठी खटपट केली होती. परंतु संपतरायाने ती कधीही दिली नाही.

घोडीभोवती लोकांची गर्दी झाली.

“हजार रुपये मागं एकजण देत होता. घोडी म्हणजे घोडी आहे.” ठकसेन म्हणाला.

“कोणाला पाहिजे तुमची घोडी? पाचशेसुद्धा कुणी देणार नाही.” एकजण म्हणाला.

“आपली वस्तू आपण होऊन बाजारात आणली म्हणजे तिची किंमत कमी होते.” दुसरा कोणी म्हणाला.
“खरोखरच विकायची आहे का?” तिसऱ्याने प्रश्न केला.

“योग्य किंमत आली तर विकीन. नाही तर काही अडलं नाही.” ठकसेन कुऱ्याने म्हणाला.

“लोकांचही अडलं नाही. परंतु संपतरायांची घोडी तुम्हांला कशी मिळाली?” कोणी तरी प्रश्न केला.

“आम्ही दोघे भाऊ आहोत. मोठ्या भावानं ही घोडी मला बक्षीस दिली आहे.” ठकसेन म्हणाला.

“बक्षीस मिळालेली वस्तू का कोणी विकतो” एकाने विचारले.

“अडचण भासली म्हणजे भावना दूर ठेवाव्या लागतात.” दुसरा म्हणाला.

“तुमची घोडी साडेपाचशेला देता का? पाहा पटत असेल तर उद्या घोडी आमच्या घरी घेऊन या. घरी पैसे देईन. आज सौदा ठरवून ठेवू.” एकजण निश्चित स्वरात म्हणाला.

“ठीक. साडेपाचशेला देऊन टाकतो. तुम्हांला उत्कृष्ट घोड्यांचा षोक आहे. ही घोडी तुमच्याकडे जाण्यात औचित्य आहे. केवळ पैशांकडेच बघून चालत नाही.” ठकसेन म्हणाला.

सायंकाळ होत आली. लोक घरोघर जाऊ लागले. ठकसेन आपल्या घोडीवर बसून निघाला. उद्या घोडी दुसऱ्याच्या घरी जाणार होती. दादाने ठकसेनाला त्या घोडीवर कधी बसू दिले नव्हते. आज घोडा दौडवावा, हौस फेडून घ्यावी असे ठकसेनाच्या मनात आले. त्यांनी घोडीला टाच मारली. घोडी वाऱ्याप्रमाणे निघाली. घोडी बेफाम सुटली. ठकसेनाला ती आवरेना. बाहेर अंधार पडू लागला. ठकसेनाला समोर दिसेना. शेवटी घोडी एकदम एका खळग्यात पडली! ठकसेन बाजूला पडला. तो चांगलाच आपटला. घोडी तर दगडावर आपटून तात्काळ गतप्राण झाली. ठकसेन लंगडत कण्हत घोडीजवळ गेला. घोडीचे प्रेत तेथे होते. आता पैसे? साडेपाचशे रुपये कोठून मिळणार? आज मेली ती उद्या विकल्यावर मरती तर? घोडी मेली त्याचे ठकसेनाला काहीच वाटले नाही, परंतु पैशांचा प्रश्न त्याच्यासमोर होता.

तो उठला. अंधारातून चाचपडत निघाला. हातात सोन्याच्या मुठीचा चाबूक होता. गोव जवळ आला होता. आता त्याला प्रथम मनू विणकराचे घर लागले असते. मनू! भुतासारखा राहणारा मनू! मनूजवळ खूप पैसा आहे. सोन्याची नाण्यांनी भरलेल्या थैल्या आहेत. मनूच्या घरी आपण दरोडा घातला तर? मनूला एकदम जाऊन भिवविले तर? त्याला धाकदपटशा दाखवला तर? मनूचे पैसे लांबवावे, लुबाडावे, असा विचार ठकसेनाच्या मनात आला. त्याला ती सोन्याची नाणी दिसू लागली. तो जणू स्वप्नात होता.
इतक्यात एकाएकी वादळ उठले. गार वारा वाहू लागला. आकाशात ढग जमले. अंधार अधिक दाटला. ठकसेन झपझप चालू लागला. मनू विणकराची झोपडी आली. झोपडीचे दार उघडे होते. आत चुलीत मंदाग्नी पेटत होता. दिवा मिणमिण करीत होता. परंतु मनू कोठे होता? तेथे नव्हता. आपले द्रव्य सोडून तो कोठे गेला?

ठकसेनाने आत डोकावून पाहिले. आत कोणी नव्हते. तो पटकन झोपडीत शिरला. परंतु तेथे त्याला पेटीविटी दिसेना. कोठे आहे तो कृपणाचा ठेवा? ठकसेन पाहू लागला. तो त्या मागाजवळ गेला. तेथे त्याला उखळलेले दिसले. त्याने भराभर माती उखळली. भुसभुशीत होती माती. थोडीशी माती काठताच हाताला त्या दोन पिशव्या लागल्या. ठकसेनाने त्या बाहेर काढल्या. हेच ते द्रव्य. जड होत्या पिशव्या. त्याने त्या पिशव्या उचलल्या. माती नीट करून ठेवून तो बाहेर पडला. अंधारात निघून गेला.

बाहेर वादळ फारच जोरात सुरू झाले. कडाड मेघ गरजू लागले. गाराही पडू लागल्या. मोठ्या आंब्याएवढाल्या गारा. गारांचा पाऊस. असा पाऊस कधी पडला नव्हता. मनू बाहेर गेला होता. दोरा विकत आणण्यासाठी गेला होता. सकाळी नवीन ठाण लावावयाचे होते. त्यासाठी दोरा हवा होता म्हणून तो गेला होता. तो तिकडेच अडकला. आपण पटकन घरी येऊ असे त्याला वाटत होते. कडी न लावताच तो गेला होता. त्याच्या घराची सर्वांना भीती वाटे. कोणीही त्याच्या वाटेस जात नसे. आपल्या घरी कोणी चोर येईल अशी शंकाही मनूच्या मनात कधी येत नसे.

वादळ जरा थांबले. गारांचा वर्षाव थांबला. पाऊस पडतच होता. मनू घरी येण्यास निघाला. पावसातून भिजत तो घरी आला. दुसरे कोरडे नेसून तो चुलीजवळ गेला. तो गारठला होता. आता ऊब आली. त्याने जेवण केले आणि झोपडीचे दार लावून, खिडक्या लावून तो आपल्या त्या ठेव्याजवळ आला. मिणमिण करणारा दिवा जवळ होता.

मनू माती उकरू लागला. नेहमीप्रमाणे त्याने माती दूर केली. परंतु पिशव्या कोठे आहेत? पिशव्या नाहीत. तो घाबरला. त्याने हातभर खणून पाहिले, दोन हात खणले. परंतु पिशव्या नाहीत! त्याने सर्वत्र पाहिले. कोपरान् कोपरा शोधला. परंतु सोने नाही. कोठे गेले सोने. पंधरा वर्षे प्रेमाने साठविलेले सोने. बाहेरच्या गारठ्याने मनू गारठला नाही. परंतु पैशाची ऊब नाहीशी होताच तो कापू लागला. आपले प्राण जाणार असे त्याला वाटले. त्याने आपले हृदय घट्ट धरून ठेवले. छाती फुटणार असे त्याला वाटले. तो मध्येच डोळे फाडफाडून पाही. मध्येच तो डोळे मिटी. 'माझं सोनं, माझं सोनं-' असे म्हणून तो रडू लागला.

पाऊस थांबला होता. परंतु मनू विणकराच्या डोळ्यांतून पाऊस पडत होता. आकाश निर्मळ झाले, परंतु मनूचे हृदय अंधाराने भरले. तो वेड्यासारखा

झाला. 'माझं सोनं, माझं सोनं-' करीत तो झोपडीच्या बाहेर पडला. दिगंबररायाकडे दाद मागावी असे त्याच्या मनात आले. रडत रडत तो निघाला. दिगंबरराय आज घरी नव्हते. त्यांचा मोठा मुलगा संपतराय तोही घरी नव्हता. ते शेजारच्या कोणत्याशा गावी मेजवानीला गेले होते, त्यांच्या घरी गडीमाणसे होती. कारभारी होते. त्यांच्या गप्पागोष्टी चालल्या होत्या. कोणी खेळत होते.

इतक्यात "माझं सोनं गेलं, माझे प्राण गेले. द्या हो माझं सोनं. आणा हो शोधून. कसं गेलं माझं सानं? कोणी नेलं?" असे ओरडत मनू तेथे आला. वाड्यातील सारी मंडळी तेथे जमली. त्यांना आधी काही कळेना. सारा गोंधळ.

"हे पाहा मनू, नीट सारं सांग." प्रमुख म्हणाला.

"काय नीट सांगू? मी दोरा विकत आणण्यासाठी बाजारात गेलो होतो. पावसामुळं दुकानात मी अडकलो. परंतु पाऊस संपताच घरी गेलो. घरी जाऊन माझी पिशवी पाहतो तो नाही. दोन पिशव्या होत्या. दोनशे बहात्तर मोहरा होत्या. लवकरच तीनशे झाल्या असत्या. कितीदा तरी या बोटांनी मी त्या मोजीत असे. माझी मोहर मी अंधारातही ओळखीन. गेल्या, साऱ्या गेल्या. तुम्ही जा. शोधा चोर, कुठं गेला चोर? काय करू मी? माझा सारा आनंद गेला. माझी शक्ती गेली. छे! पायानं चालवत नाही. आणा हो माझ्या पिशव्या."

असे म्हणून तो म्हातारा विणकर तेथे मटकन खाली बसला. त्या सर्वांना त्याची कीव आली. मनूने कधी गोडगोड खाल्ले नाही. चांगले वस्त्र ल्यायला नाही. गाडीघोडा ठेवला नाही. चैन त्याला माहीत नव्हती. दिवसभर तो काम करी. काम करून त्याने पैसे जमविले. निढळाच्या श्रमाचे पैसे. परंतु सारे गेले. त्या पैशांचा काय होता त्याला उपयोग? परंतु ते जवळ असणे, त्यांचा स्पर्श बोटांना होणे, त्यांचे दर्शन डोळ्यांना होणे, यातच त्याचा आनंद होता. पैशाचा दुसरा उद्देश नव्हता. दुसरे प्रयोजन नव्हते. ते पैसे म्हणजे मनूबाबाचे एक प्रेमाचे जणू स्थान होते.

"तुम्हांला कोणाचा संशय येतो का?" त्या प्रमुखाने विचारले.

“हा तुमचा येथील गडी भिकू याचा मला संशय येतो. तो मागे एकदा म्हणाला होता, की तुझे पैसे चोरले पाहिजेत. याला विचारा.” मनू म्हणाला.

भिकू एकदम संतापला.
“थोबाड फोडीन बुढ्ढ्या. मी का तुझे पैसे चोरले? संध्याकाळपासून मी इथं आहे आणि तुझे पैसे तर आता गेले. वा रे वा! कधी थट्टेत बोललो असेन तर त्यासाठी का माझ्यावर आळ घेतोस?” भिकू रागाने म्हणाला.

“हे पाहा मनू, असं उगाच कोणाचं नाव घेऊ नकोस. भिकू प्रामाणिक आहे. आज किती वर्षं ह्या बड्या वाड्यात तो काम करीत आहे. परंतु त्यानं कधीही कशाला हात लावला नाही.” प्रमुख म्हणाला.

“भिकू, मला क्षमा कर. परंतु माझं सोनं? कोणी नेलं माझं सोनं? शोधा हो तुम्ही. पंधरा वर्षांची सारी कमाई गेली. अरेरे! आता कसा जगू? कसा राहू? जा, कोणी शोधा.” तो काकुळतीने म्हणाला.

काही लोक कंदील घेऊन गेले. कोणी हातांत काठ्या घेतल्या. कोणी या बाजूला गेले, कोणी त्या. परंतु चोर सापडला नाही. लोक घरोघर झोपले होते. हवेत गारठा होता. संशोधन करणारी मंडळी परत आली.

“सापडलं का सोनं? माझं सानं?” मनूने विचारले.

“चोराचा पत्ता नाही. सर्वत्र शोधलं. जिकडे तिकडे चिखल झाला आहे. नद्यानाल्यांना पूर आले आहेत. शक्य तो प्रयत्न केला. मनू, झालं ते झालं. असेल आपलं तर परत मिळेल.” तो प्रमुख म्हणाला.

“माझंच होतं. माझ्या श्रमाचं होतं. सारखं मी काम करीत असे. कधी विश्रांती घेतली नाही.” मनू रडत म्हणाला.

“जा आता घरी. काळजी करून काय होणार?” प्रमुख म्हणाला.

मनू आपल्या झोपडीत गेला. तो तेथे बसून राहिला. शून्य दृष्टीने तो सर्वत्र पाहात होता. हळूहळू त्याचे डोळे मिटले. पहाटे त्याला झोप लागली.

सकाळी सर्व गावात चोरीची वार्ता पसरली. सारा गाव मनूच्या झोपडीपाशी जमा झाला. जो तो हळहळत होता. प्रत्येकाला वाईट वाटत होते. मनू खिन्न होऊन बसला होता. त्याचे आधीच खोल गेलेले डोळे एका रात्रीत आणखी खोल गेले. त्याच्या तोंडावर प्रेतकळा आली होती. एक शब्दही त्याला बोलवेना.

मनूच्या झोपडीपासून थोड्याशा अंतरावर सखाराम राहात असे. सखाराम मोलमजुरी करी. त्याच्या बायकोचे नाव साळूबाई. साळूबाई मोठी प्रेमळ होती. दुसऱ्याची मन:स्थिती तिला पटकन समजे. तिला एक मुलगा होता. असेल पाच-सहा वर्षांचा, मोठा गोड मुलगा. तो आई-बापांचा फार आवडता होता. त्याचे नाव रामू. साळूबाई रामूला बरोबर घेऊन मनूकडे आली. गर्दी आता ओसरली होती. लोक आपापल्या उद्योगाला निघून गेले होते. मनू तेथे एका जुन्या आरामखुर्चीत विषण्णपणे पडला होता.

“वाईट झालं हो. कसे नेववले पैसे तरी. वाईट नका वाटून घेऊ. वाईट वाटून काय करायचं मनूदादा? आणि तुम्ही भारीच पैशाच्या मागं लागता. कधी देवळात जात नाही. देवदर्शन करीत नाही. एकादशी नाही. सोमवार नाही. रोज उठून मेलं ते अक्षै काम! काम! मनूदादा काम करावं परंतु रामाला विसरू नये. देवाला विसरू नये. आता देवाला विसरू नका, कधी भजनात जात जा. तुम्हांला येत का भजन? या आमच्या रामूला येतात अभंग. रामू, दाखव रे म्हणून अभंग. हसतोस काय लबाडा! म्हण की. मनूबाबांना म्हणून दाखव.” साळूबाई बोलत होती.

रामू लाजला. त्याने आपले डोळे दोन्ही हातांनी मिटले. पुन्हा ते हळूच उघडून त्याने बघितले. नंतर आईच्या पाठीमागे जाऊन लपला.

“म्हण ना रे. लाजायला काय झालं?” आई म्हणाली.

रामू अभंग म्हणू लागला.

आता तरी पुढे हाचि उपदेश, नका करू नाश आयुष्याचा
सकलांच्या पायां माझे दंडवत, आपुलाले चित्त शुद्ध करा ।
हित ते करावे देवाचे चिंतन, करूनिया मन शुद्ध भावें
तुका म्हणे हित होय, तो व्यापार, करा, काय फार शिकवावे ।।

त्या लहान मुलाची वाणी निर्मळ होती. ती वाणी गोड वाटत होती. अभंग म्हणून झाल्यावर रामूने आईच्या गळ्याला एकदम मिठी मारली. तिने त्याचा प्रेमाने मुका घेतला.

“मीही माझ्या सोन्याच्या त्या मोहरांचे असेच मुके घेत असे. त्या मोहरा म्हणजे जणू माझी मुलं. त्यांचे मी मुके घेत असे. त्यांना मी पोटाशी धरीत असे. आता कोणाला धरू पोटाशी, कोणाचे घेऊ मुके?” मनूबाबा म्हणाला.

“या माझ्या रामूचे घ्या.” साळूबाई म्हणाली.
“रामूचे?” मनूबाबाने आश्चर्याने विचारले.

“हो. रामू म्हणजे आमचं सोनं. आम्ही मोलमजुरी करतो. परंतु कोणासाठी? या रामूसाठी. आमचे पैसे या रामूसाठी. रामू आमची धनदौलत. चालती बोलती धनदौलत. हसणारी, खेळणारी धनदौलत.” असे म्हमून साळूबाईने रामूला पोटाशी धरले. थोडा वेळ कोणी काही बोलले नाही.

“आज मनूबाबा, तुम्ही किनई, आमच्याकडेच जेवायला या. घरी करू नका. आणि आता हे थालीपीठ आणलं आहे ते खा. आज सकाळी कामाला जाताना म्हणाले, ‘थालीपीठ कर.’ केलं. पुरुषांच्या पोटाला निरनिराळे पदार्थ हवे असतात. आम्हा बायकांना काहीही चालत. घ्या हे थालीपीठ. नाही म्हणू नका. तुम्ही बरेच दिवसांत खाल्लं नसेल.” साळूबाई म्हणाली.

तिने म्हातार्‍याच्या हातांत थालीपीठ दिले. पानात गुंडाळलेले होते ते. मनूबाबा त्याच्याकडे पाहात राहिला. त्याने एक तुकडा रामूला दिला.

“त्याला कशाला? ते सारं खाईल. लबाड आहे तो. तुम्हीच खा. मी आता जात्ये. आणि तुम्ही किनई, मनूबाबा, फार नका काम करीत जाऊ. जरा हसत बोलत जा. देवदर्शनाला जात जा. भजन करा. समजलं ना?” असं म्हणून साळूबाई रामूला घेऊन निघाली.

मनूबाबा खुर्चीतच होता. गावातील किती तरी मंडळी येऊन गेली. परंतु साळूबाईचे बोलणे किती साधे, किती प्रेमळ! त्याच्या मनावर त्याचा परिणाम झाला. त्याच्या त्या खोल गेलेल्या डोळ्यांतून पाणी येणार होते. परंतु मोठ्या कष्टाने ते त्याने आवरले. गेल्या पंधरा वर्षांत त्याच्या हृदयाला भावनांचा स्पर्श

झाला नव्हता. परंतु आज त्याला स्वत:ला हृदय असल्याची जाणीव झाली. त्यालाही गोड गोड अभंग आठवू लागले. आपण एके काळी देवळात जात असू, देवासमोर बसत असू. ते त्याला आठवले. हृदयाचे बंद दार जरासे किलकिले झाले. ते दोर गंजून गेले होते, परंतु साळूबाईच्या शब्दांतील स्नेहाने गंज निघून गेला. दार जरा उघडले. थोडासा प्रकाश हृदयात शिरला.

सोने परत आले

मनूबाबाने पुन्हा दुप्पट जोराने काम करण्यास सुरुवात केली. काम करता करता पूर्वीच्या मोहरा त्याला एकदम आठवत व त्याचा धोटा तसाच राही. परंतु पुन्हा त्याला जोर येई. गेले तर गेले. रात्रंदिवस काम करून पुन्हा मिळवू. पुन्हा मोहरा जमवू. पुन्हा रात्री मोजीत बसेन, या बोटांनी त्यांना कुरवाळीन, ते सोने हृदयाशी धरीन. मध्येच तो निराशेचा, दु:खाचा सुस्कारा सोडी. परंतु पुन्हा निश्चय करून धोटा फेकी. आता रात्रीची झोपही त्याने कमी केली. आधी त्याला झोप फारशी येतही नसे. ते सोनेच त्याला सारखे दिसे. ध्यानी मनी सोने. रात्रीसुद्धा तो विणीत बसे. रात्रीही खटक खटक आवाज चाले. तुटलेला धागा एखादे वेळेस त्याला रात्री दिसत नसे. परंतु तो कष्टाने तो शोधी व सांध करी. सोन्याची भेट व्हावी म्हणून पुन्हा अशी तपश्चर्या अहोराक्ष सुरू झाली. काळपुरुष ज्याप्रमाणे जीवनाचे विराट वस्त्र रात्रंदिवस विणीत असतो, त्याप्रमाणे मनूबाबा रात्रंदिवस ठाण विणीत बसे.

असे करता करता दिवाळी आली. गावात सर्वत्र आनंद होता. घरोघर करंज्या, अनारसे चालले होते. प्रत्येक घरासमोर सुंदर रांगोळ्या काढलेल्या होत्या. रात्रीच्या वेळी हजारो दिवे रांगेने लावले जात होते. मोठी मौज दिसे. ते सहस्त्रावधी दिवे पाहून प्रसन्नता वाटे.

“मनूबाबा, दिवाळीचे यंदा घरी चार दिवे लावा. इतक्या वर्षांत लावले नाहीत, आज तरी लावा; आणि उद्या लक्ष्मीपूजन. कदाचित् उद्या तुमचं गेलेलं सोनं परत येईल. आपोआप गेलं. आपोआप परत येईल. असं एखादे वेळेस होतं. केवळ सोन्यासाठी वेडे नका होऊ, असं जणू देवाला तुम्हांला शिकवायचं असेल. सोन्यापेक्षाही सुंदर अशा पुष्कळ गोष्टी जगात अहोत. नुसत सोनं जमवून काय कामाचं? ते कोणाच्या उपयोगी आलं तर उपयोग. नाही तर दगड नि सोनं सारखीच किंमत. ती बाहेर माती पडली आहे, तसं तुमचं सोनं घरात पडलेलं होतं. देव हे तुम्हांला शिकवू पाहात होता. देव दयाळू आहे. कदाचित् तुमचं सोनं परत येईल. ते येवो न येवो. परंतु चार पणत्या लावा. दिव्यांच्या ज्योती सोन्यासारख्या झळकतात. उद्या लक्ष्मीपूजनाच्या दिवशी तरी चार दिवे लावा, आणि ह्या सांजोऱ्या व हे अनारसे मी आणले आहेत, ते ठेवा. रामूसाठी सारं सारं करावं लागतं. सण सर्वांचा आहे. गरिबी असली तरीही सण साजरा करावा. थोडं गोडधोड करावं. आनंद करावा. खरं ना मनूबाबा?” साळूबाई म्हणाली.

ती निघून गेली. दुसरे दिवशी मनूबाबाने खरेच चार दिवे लावले. सुंदर पणत्या झळकू लागल्या. मनूबाबाने आपली झोपडी झाडून स्वच्छ केली. 'आज गेलेली लक्ष्मी परत येईल. हो, येईल. माझ्या प्रेमाचे, माझ्या श्रमांचे होते ते पैसे. त्या माझ्या मोहरा परत येतील. ते सारं सोनं परत येईल. ते मी हृदयाशी धरीन.' असे विचार त्या विणकऱ्याच्या मनात घोळत होते.
गावात लक्ष्मीपूजनाचा महोत्सव सुरू होता. दिगंबररायाकडे तर सर्वांत मोठा उत्सव. या दिवशी त्याच्याकडे गावातील सारे लोक जमत. आसपासच्या खेड्यापाड्यांतील मित्र येत. त्यांची कुळेही येत. बैठका घातलेल्या होत्या. तक्के लोड होते. सुंदर समया तेवत होत्या. पान सुपारीची तबके होती. मंगल वाद्ये वाजत होती. अत्तर, गुलाब होते. बार वाजत होते. दारूकाम सोडले जात होते. संपतराय सर्वांचे स्वागत करीत होता. दिगंबरराय पूजा करीत होते. ठकसेन त्या वादळाच्या दिवसापासून कोठे गेला तो गेला. मेलेली घोडी मात्र आढळली. परंतु ठकसेनाचा पत्ता नाही. त्याच्यावर कोणाचे फारसे प्रेम नव्हतेच. त्यामुळे तो घरी नव्हता तरी कोणाला रुखरूख वाटली नाही.

दिगंबररायाकडे दलपतराय व त्यांची मुलगी इंदुमती हीही आली होती. इंदुमती प्रेमाने संपतकडे बघत होती. त्यालाही आनंद होत होता. संपतच्या वडिलांना नमस्कार करून दलपतराय म्हणाले, “दिगंबरराय, लक्ष्मीपूजन तर केलंत. परंतु घरात गृहलक्ष्मी केव्हा आणणार? आमची इंदू तुमच्या संपतलाच द्यायची. दोघांचा जोडा किती शोभतो! आपण दोघे म्हातारे झालो. या दोघांचे हाच एकमेकांच्या हातात देऊ आणि आपण डोळे मिटू.”

“दलपतराय, माझीही हीच इच्छा आहे. येत्या मार्गशीर्षात करून टाकू लग्न. सारं वेळीच झालं पाहिजे. ऐकलंस ना संपत?” पिता म्हणाला.

“चला ना बाबा!” इंदुमती पित्याला म्हणाली.

“अग, आता या घरातच तुला राह्यला यायचं आहे. इथंच रमायचं आहे. लवकर चला का म्हणतेस?” पित्याने विचारले.

“ती लाजते आहे. आपल्या बोलण्यानं दोघांना मनात गुदगुल्या होत असतील. परंतु वरून निराळं दाखवायचं. प्रेमाची ही रीतच असते. फूल

हळूहळू फुलतं. लाजत लाजत भीतभीत फुलतं. खरं ना?" दिगंबरराय म्हणाले.

जगात दिवाळी चालली होती. लक्ष्मीपूजने होत होती. लाखो पणत्या पाजळल्या जात होत्या. जणू आकाशातील सारे तारेच पृथ्वीवर आले होते. परंतु त्या आनंददायक चार दिवसांत जगातील दु:खी जीव काय करीत होते? काही दु:खं अशी असतात की, ती आपण कधीही विसरू शकत नाही. उलट ती दु:खे अशी मंगल प्रसंगी अधिकच तीव्रतेने भासतात.

ती पहा एक अनाथ स्त्री. एका लहान मुलाला वक्ष:स्थळाशी धरून ती जात आहे. तिच्या अंगावर फाटके लुगडे आहे. तिचे हृदयच फाटलेले आहे. डोळ्यांतून पाणी गळत आहे. ती तरुण आहे. ती सुंदर आहे. परंतु तिचे तारूण्य व तिचे सौंदर्य कळाहीन दिसत आहे. जगाने तिची वंचना केली आहे. कोणी तरी पाप्याने तिला फसविले आहे. भोळा जीव. ती विश्वासून होती. आपला पती आपणाला एके दिवशी घरी नेईल अशी तिला आशा होती. परंतु किती दिवस आशा खेळवायची? सुंदर मूल झाले. मूल वर्षाचे होत आले तरी पती स्वगृही नेईना. जगात कसे राहावयाचे? लोक कुजबुजू लागतात. ती टीका कशी सहन करावयाची? आणि निष्पाप मनाला तर फारच कष्ट होतात.

आपले मूल घेऊन ती तरुणी निघाली. पायी निघाली. चालून चालून तिच्या पायांना फोड आले. एका तीव्र भावनेने ती चालत होती. "आज त्यांच्या घरी लक्ष्मीपूजन असेल. मोठा थाटमाट असेल. समारंभ होत असेल. शेकडो स्त्री-पुरुष आले असतील. अशा वेळेस तिथं जाऊन मी उभी राहीन. साऱ्या जगासमोर त्यांचं पाप उघडं करीन. त्यांच्या आनंदात विष ओतीन. मी त्यांची गृहलक्ष्मी. परंतु मला इकडे रडत ठेवतात. मी गरीब घराण्यातील असल्ये म्हणून काय झालं? गरिबांना का अब्रू नसते? मी गरीब होते, तर आले कशाला माझ्याजवळ? केवळ का माझी कातडी पाहून भुलले? किडे मेले. दुष्ट आहे पुरुषांची जात. मला पण सूड घेऊ दे. साऱ्या जगासमोर त्यांचं हिडीस स्वरूप उघडं करत्ये. लक्ष्मीपूजनाचे दिवे तेवत असतील. प्रकाश पसरला असेल. अशा सुंदर प्रकाशात त्यांची कृष्णकृत्यं जगासमोर मांडत्ये. जगाला ओरडून सांगेन..."

परंतु तिच्या त्या तीव्र भावनेची शक्ती कमी पडली. पाय थकले. संकल्पशक्तीने पाय काही वेळ चालत होते. परंतु पोटात अन्न नाही. पाऊल

कसे उचलले जाणार? बाहेर अंधार पडला. किती लांब आहे. अजून गाव? तिला काही कल्पना नव्हती.

रायगावातील लोक आता झोपले होते. दिवे विझून गेले होते आणि गार गार वारा सुटला होता. अंगाला झोंबणारा वारा. कडाक्याची थंडी अशी थंडी कधी पडली नव्हती. मनूबाबा जागा होता. त्याने दार उघडे ठेवले होते. तो पुन:पुन्हा दाराशी येई व आपले सोने परत आले का पाही. दारात तो उभा राही व शून्य दृष्टीने दूरवर बघे. मग तो गार वारा अंगाला लागला म्हणजे तो पुन्हा खुर्चीत येऊन पडे. परंतु त्याला झोप येत नव्हती. त्याच्या पणत्या विझून गेल्या. फक्त एक पणती अद्याप तेवत होती. मनूबाबाने आता दार लावून झोपायचे ठरविले. तो दाराजवळ गेला. परंतु दार लावण्याचे विसरला. पुन्हा विचारात मग्न झाला. शेवटी तो अंथरुणात येऊन पडला. परंतु थंडी लागत होती. त्याच्या घरात भरपूर पांघरूण नव्हते. तो उठला. त्याने लाकडे पेटविली. त्यांच्याशी तो शेकत बसला. विस्तव सोन्याप्रमाणे चमकत होता. हे आपले सोने, असे मनूबाबाला वाटले व तो त्या निखाऱ्यांस हात लावणार होता. पुन्हा त्याला भान आले.

मनूबाबा अशा मन:स्थितीत असताना त्याच्या झोपडीपासून थोड्याशा अंतरावर निराळा प्रकार होत होता. ती तरुणी अगदी गळून गेली होती. तिची सर्व आशा मेली. आत फक्त स्वत: ती मरायची उरली होती. तिच्याजवळ एक कुपी होती. त्या कुपीतील काही तरी ती प्यायली. मातृप्रेम म्हणत होते, "पिऊ नको." निराशा म्हणे, "पी. जगण्यात अर्थ नाही." ते काही तरी पिण्यापूर्वी तिने आपल्या मुलाला एकदा शेवटचे पाजले. तिने त्याचे मुके घेतले. नंतर त्या बाळाला तिने आपल्या फाटक्या लुगड्याचा पदर फाडून त्यात गुंडाळले. त्याला थंडी लागू नये म्हणून तिने मरता मरता काळजी घेतली. नंतर त्या मुलाला दोन्ही हातांनी घट्ट धरून ती चालत होती. हळूहळू त्या पेयाचा पूर्ण परिणाम झाला. किती वेळ चालणार? आता एक पायही उचलेना. शेवटी ती तेथेच मुलाला घट्ट धरून निजली. भू-मातेच्या मांडीवर निजली. शरीरातील ऊब जात चालली, प्रेम जात चालले. मुलाला घट्ट धरून ठेवणारे तिचे ते हात आता अलग झाले. मुलाकडे प्रेमाने पाहाणारे ते डोळे हळूहळू पूर्णपणे मिटले. कायमचे मिटले! ती माता गतप्राण होऊन पडली. अरेरे!

ते मूल जागे झाले. मा मा मा मा करू लागले. आईचे हात पाहू लागले. त्या हातांनी स्वत:ला पुन्हा घट्ट धरून ठेवावे असे त्या मुलाला वाटत होते. परंतु ते

हात दूर झाले होते. कायमचे दूर झाले होते. इतक्यात त्या मुलाचे लक्ष समोरच्या झोपडीतून आलेल्या प्रकाशाकडे गेले. ते मूल रांगू लागले. प्रकाशाकडे येऊ लागले. झोपडीचे दार लावलेले नव्हते. त्या दारांतून ते मूल आत आले. ते चुलीजवळ आले. गारठलेल्या त्या मुलाला ऊब मिळाली. मनूबाबा आपल्याच तंद्रीत होता. इतक्यात त्याचे लक्ष त्या मुलाकडे गेले. सोन्यासारखे मूल. तो पाहू लागला. सोने आले असे त्याला वाटले. बोलणारे सोने, जिवंत सोने त्याला मिळाले! तो त्या लहान मुलाला घेऊन नाचवू लागला. त्याने त्या लेकराला घट्ट धरून ठेवले. जणू पुन्हा कोणी घेऊन जाईल. ते मूल त्याच्याशी खेळू लागले. ते त्या मुलाच्या केसांवरून प्रेमाने हात फिरवीत होता. ती मुलगी होती. सुंदर मुलगी. डोळे कसे टपोरे काळेभोर होते. डोक्यावर दाट काळेभोर केस होते. अंग कसे गोरे गोरे पान होते. मातीतून, खड्यातून ती मुलगी रांगत आली होती. मनूबाबाने तिचे पाय चेपले. "कुठून आलं माझं सोनं, सुंदर सोनं!" असं म्हणून त्या मुलीचे मुके घेऊ लागला. केव्हा एकदा उजाडते असे त्याला झाले. साळूबाईला ही आनंदाची वार्ता केव्हा सांगू असे त्याला झाले. शेवटी ती मुलगी मनूबाबाच्या प्रेमळ हातांत झोपी गेली. मनूबाबांनाही झोप लागली.

बाहेर पाखरे किलबिल करीत होती. ती लहान मुलगी उठली मा मा मा मा करू लागली. ती दाराकडे निघाली. कोठे जाते ही मुलगी. तिची आई आहे की काय बाहेर? मनूबाबा बाहेर येऊन पाहू लागला. तो त्याला दूर काही तरी दिसले. ती चिमणी मुलगी घेऊन तो तेथे गेला, तो तेथे एक अनाथ स्त्री मरून पडलेली दिसली. ती मुलगी खाली उतरू लागली. मनूबाबाने तिला खाली ठेवली. ती लहानगी आईजवळ गेली. आईचे हात ती ओढू लागली. परंतु आज आईचे हात तिला प्रेमाने ओढून जवळ घेत नव्हते. ती दूध पिण्याची खटपट करू लागली. ती आईचे डोळे उघडू लागली. 'मा मा मा मा !' बोबड्या शब्दांनी ती मुलगी आईला जागवू पाहात होती. ती आईला हाका मारीत होती. आई ना उठे, ना बोले, ना बसे, ना हसे. ती लहान मुलगी रडू लागली. आपल्या रडण्याने तरी आई उठेल असे तिला वाटले. परंतु आज आई कशानेही उठेना. का झाली कठोर आई?

मनूबाबाचे हृदय कळवळले. त्याने मुलीला उचलून घेतले. तिनं त्याच्या गळ्याला मिठी मारली. मनूबाबा तेथून निघाला. तो एकदम दिगंबररायांकडे आला. दिगंबररायांकडची मंडळी आता कोठे उठत होती. कोणाची तोंडधुणी

होत होती. तोच अंगणात मनूबाबा त्या लहान मुलीला घेऊन उभा राहिला. सर्वांना आश्चर्य वाटले.

"हे काय, मुलगी कोठून आणलीत? असं उजाडताच कोठे आलेत? अशी काय तुमची चर्या? काय आहे हकीगत?" त्यांना विचारण्यात आले. एक अनाथ स्त्री रस्त्यात मरून पडली आहे. ही तिची मुलगी. रांगत माझ्या झोपडीत आली. चला लवकर. डॉक्टर बोलवा. ती स्त्री जिवंत आहे की मेली ते पाहा. दया करा त्या अनाथ स्त्रीवर, ह्या मुलीच्या आईवर." मनूबाबा सदगदित होऊन म्हणाला.

दिगंबररायांच्या अंगणात गर्दी जमली. शेजारीपाजारी जमले. संपतराय या चिमण्या मुलीकडे पाहात होता. ती मुलगी घ्यावी असे त्याला वाटले.

"ती स्त्री जिवंत असेल का?" त्याने घाबरत प्रश्न विचारला.

"जिवंतपणाची लक्षणं नाहीत. परंतु डॉक्टर बोलवा. प्रयत्न करून पाहा." मनूबाबा म्हणाला.

शेवटी मंडळी निघाली. डॉक्टरांना बोलावणे गेले. डॉक्टर अजून अंथरुणातच होते. आता कशाला उजाडत त्रास द्यायला आले, असे त्यांना वाटले. बाहेर गारवा होता. त्यांना सुखनिद्रा, साखरझोप लागली होती. परंतु लोकांनी हाकारे करून त्यांची झोप मोडली. डॉक्टर आदळ-आपट करीत आले. तो समोर संपतराय दिसले!

"तुम्हीही आला आहात वाटतं? एवढ्या थंडीत तुम्ही कशाला बाहेर पडलात? तुम्ही श्रीमंत माणसं, सुकुमार माणसं. थंडी बाधायची. मी जातोच आता. पाहातो कोण पडलं आहे." डॉक्टर म्हणाले.

"मीही येतो." संपतराय म्हणाला.

"दयाळू आहात तुम्ही. तुमचं हृदय थोर आहे. आनाथासाठी कोण येणार धावत?" साळूबाई तेथे येऊन म्हणाली.

त्या अनाथ स्त्रीजवळ सारा गाव जमला. डॉक्टरांनी नाडी पाहिली... प्राण केव्हाच निघून गेले होते. अरेरे! त्या लहान मुलीला सोडून माता गेली. मुलगी जगात उघडी पडली.

"या मुलीचं आता कोण?" डॉक्टर म्हणाले.
"मी करीन. मनूबाबा, ती मुलगी मजजवळ द्या. आमच्या घरी तोटा नाही. दाई ठेवीन, गडीमाणसं तिला खेळवतील, आंदुळतील, द्या ती मुलगी. कशी आहे सोन्यासारखी!" संपतराय म्हणाला.

"नाही. मी कोणाला देणार नाही. हे माझं सानं आहे. हे माझ्याकडे आलं आहे. ह्या मुलीचं आता सारं मी करीन. मी करीन."

असे म्हणून मनूबाबाने तिला घट्ट धरून ठेवले. तिनेही विश्वासाने त्याच्या गळ्याला मिठी मारली. त्याने तिचे मुके घेतले.

"मनूबाबा, तुमच्या घरात दुसरं कोणी नाही. कसं कराल त्या मुलीचं!" कोणी विचारले.

"दुसरं कोणी नाही म्हणूनच मला करता येईल. सारं लक्ष तिच्याकडे देता येईल. मला दुसरा व्याप नाही, दुसरे धंदे नाहीत. मी या मुलीची आई होईन, बाप होईन. मी तिचं सारं करीन." मनूबाबा म्हणाला.

"हे निदान दहा रुपये तरी घ्या. तिला गरम कपडे करा. अंथरूण पांघरूण करा. कधी लागलं तर मजजवळ मागा. मनूबाबा, तुम्ही ही मुलगी वाढवणार? आश्चर्य आहे. परंतु वाढवा. ती तुमच्या झोपडीत आली. जणू तुमची झाली." संपतराय म्हणाला.

"या स्त्रीची क्रिया करायला हवी." कोणी तरी म्हणाले.

"क्रियेसाठी मी पैसे देतो. तुम्ही सारं तिचं करा. हे घ्या पैसे. लागतील तेवढे खर्च करा." संपतराय पैसे देत म्हणाला.

"किती थोर तुमचं मन. श्रीमंतांची मनंही जर अशी श्रीमंत असतील तर जगात दुःख दिसणार नाही." साळूबाई म्हणाली.

त्या मातेच्या देहाला अग्नी देण्यात आला. मनूबाबा ती मुलगी घेऊन झोपडीत बसला होता. 'माझं सोनं परत आलं, हसत हसत परत आलं, सजीव होऊन, साकार होऊन परत आलं' असे तो म्हणत होता. त्या मुलीचे पटापट मुके तो घेत होता व ती मा मा मा मा करत त्याच्याजवळ हसत खेळत होती.

संपतरायाचे लग्न

“संपत, लग्नाला तयार आहेस ना? होय म्हण. मी माझी इच्छा तुझ्यावर लादीत आहे असे नाही. परंतु इंदुमतीसारखी मुलगी मिळणं कठीण. सारं तिला येतं. ती चांगला स्वयंपाक करते, चांगली चित्रं काढते. तिला शिवणं, टिपणं, कशिदा काढणं, सारं येतं. वाचते किती छान व कविताही म्हणे करते. एवढी श्रीमंताची मुलगी, परंतु आळस तिला माहीत नाही. तिला गर्व नाही. कोणाला टाकून बोलत नाही. दिसायला सुंदर, तशी मनानं सुंदर. संपत, त्या मुलीचा तू अंत पाहू नकोस. अधिक ताणल्यानं तुटतं. झाडाला वेळीच पाणी मिळालं तर ते नीट जगतं, वाढतं, फळाफुलांनी संपन्न होतं. परंतु झाडाची मुळं सुकून गेल्यावर कितीही पाणी घातलं तरी काय उपयोग? इंदुमतीचा बाप आशेने इतकी वर्षं थांबला. शेवटी त्राग्यानं दुसरीकडे कुठं मुलीला देऊन टाकील. मुलीला पुढं जन्माचं दु:ख,- कारण तिचं तुझ्यावर प्रेम आहे. सांग- सांग काय ते, झाला का निश्चय?” पित्याने विचारले.

“बाबा, लग्नाला मी तयार आहे. तुमच्या इच्छेविरुद्ध मी नाही. इतके दिवस तुमच्या मनाला त्रास झाला, त्याबद्दल क्षमा करा. परंतु काही कारणामुळं मी थांबलो होतो. इंदुमतीच्या प्रेमाचीही परीक्षा होत होती. आता तुम्ही ठरवाल तो मुहूर्त. तुम्ही हाक मारलीत की मी उभा राहीन.” संपत म्हणाला.

संपतराय व इंदुमती यांचा विवाह ठरला. मोठ्यांकडचे लग्न म्हणजे जणू साऱ्या गावाचे. सारे लोक खपत होते. मोठे मंडप घालण्यात आले. हंड्या, झुंबरे वगैरे थाट होता. आणि आमचा मनूबाबा! त्याने नवरदेवासाठी हळुवार हाताने नाजूक तलम वस्त्रे विणली. नववधूसाठी वस्त्रे विणली. त्याला भरपूर मजुरी मिळाली. लहानग्या मुलीसाठी ती झाली.

लग्नाचा दिवस आला. मोठा सोहळा झाला. लग्न लागले. वधूवरांनी परस्परांस माळा घातल्या. बार वाजले, वाजंत्री वाजली, चौघडे वाजले. रात्री मोठी वरात निघाली. घोड्यावर बसून वधूवरे जात होती. चंद्रज्योती लावल्या जात होत्या. मनूबाबा त्या लहान मुलीला वरात दाखविण्यासाठी उभा होता. ती लहान मुलगी वरात बघत होती. घोड्याकडे बोट दाखवीत होती. संपतरायाचे लक्ष त्या मुलीकडे गेले. त्याच्या डोळ्यांत पाणी आले. आईवेगळी मुलगी. अरेरे!

गावात मोठी मेजवानी झाली. झाडून साऱ्या गावाला लाडू मिळाले. परंतु मनूबाबा जेवायला गेला नाही. त्याच्या घरी लाडू पठविण्यात आले. त्या लहान मुलीला सुंदर कपडे पाठविण्यात आले. परंतु मनूबाबाने ते बोळलेणे मुलीच्या अंगावर घातले नाही. त्याने ते कपडे तिला चढविले नाहीत. तो म्हणाला, “मी माझ्या श्रमानं ते मिळवीन व बाळलेणं करीन. मी स्वत: सुंदर वस्त्र विणीन व त्या आंगडी या मुलीला करीन, लोकांची कशाला?”
वधूवरांस सर्व गावाने दुवा दिला. वधूवरांचा नवीन संसार सुरू झाला. इंदुमती आता आपल्या सासरी राहायला आली. सासू नव्हती. तीच आता घरधनीण होती. घरात येताच तिने घराला कळा आणली. सारा वाडा तिने स्वच्छ झाडायला लावला. कोळिकष्टके उडून गेली. वाडा आरशासारखा झाला. वरती दिवाणखाना होता. त्यात मोठमोठ्या तसबीरी होत्या. त्यांच्यावर खंडीभर धूळ बसली होती. इंदुमतीने स्वत: ती धुळ पुसून काढली. तसबिरी प्रसन्न दिसू लागल्या. दिवाणखान्यात स्वच्छ बैठक घालण्यात आली. शुभ्र असे लोड तेथे ठेवण्यात आले. फुलदाणीत फुलांचा गुच्छ तेथे ठेवण्यात आला. दिवाणखान्याला तेज चढले.

“किती आता प्रसन्न वाटतं! पूर्वी या दिवाणखान्यात येऊ नये असं वाटे.” संपतराय म्हणाला.

“स्त्रियांच्या हातात जादू आहे. स्त्रियांच्या हातांचा स्पर्श होताच आमंगलाचं मंगल होतं. मरणाचं जीवन होतं. खरं ना?” इंदुमतीने हसून विचारले.

“होय. स्त्री म्हणजे सौंदर्यदेवता. स्त्री म्हणजे व्यवस्था. स्त्री म्हणजे नीटनेटकेपणा. स्त्रियांना घाणेरडं आवडत नाही. भांडी स्वच्छ ठेवतील. घर स्वच्छ ठेवतील. कपडे स्वच्छ ठेवतील. स्त्रियांशिवाय स्वच्छता कोण ठेवणार? प्रसन्नता कोण निर्मिणार? स्त्रियांशिवाय संसार नीरस आहे. तुम्ही संसारातील संगीत, संसारातील माधुर्य. पुरुष अव्यवस्थित असतो. तुम्ही त्याच्या जीवनात व्यवस्था आणता. त्याला वारेमाप जाऊ देत नाही. इंदू, खरोखरच तुझ्या हातांत जादू आहे. तुझा स्पर्श अमृताचा आहे.” संपतराय प्रेमाने म्हणाला.

घरात गडीमाणसे आता वेळच्या वेळी कामे करीत. पूर्वी त्यांना वाटेल तसे वागण्याचा ताम्रपट असे. परंतु आता गड्यांना उजाडले नाही तो अंगण झाडून ठेवावे लागे. कारण इंदुमती स्वत: सडा घालीत असे. सुंदर रांगोळी

काढीत असे. “सूर्यनारायण दारात उभे राहाणार. त्यांचं स्वागत नको का करायला? सारं स्वच्छ व पवित्र नको का?” असे ती म्हणे.

दिगंबररायांना सुनेचा आटोप पाहून समाधान वाटले. ते आता अशक्त झाले होते. आपण फार दिवस जगू असे त्यांना वाटत नव्हते. एके दिवशी संपत त्यांच्याजवळ बसला होता. त्याला ते म्हणाले, “संपत, मी आता दोन दिवसांचा सोबती. या जगाचा आता विसर पडू दे. देवाकडे माझं चित्त लागू दे. तुला शेवटचे दोन शब्द सांगतो; ध्यानात धर. तुला शीलवती, गुणवती, रूपवती अशी पत्नी मिळाली आहे. रत्न मिळलं आहे. ते नीट सांभाळ. तिला अनुरूप वाग. दोघांनी सुखाने संसार करा. कोणाला दुखावू नकोस. श्रीमंतीचा तोरा मिरवू नकोस. होईल ती मदत करीत जा. सत्यानं राहा. न्यायानं राहा. आपणाला श्रीमंती आहे ती गर्व करण्यासाठी नाही. दुसऱ्याच्या उपयोगी पडावं म्हणून आहे. आपली संपत्ती म्हणजे गरीबांची ठेव. ती त्यांना वेळोवेळी देत जा.
व्यसनात पडू नको. आळशी राहू नको. उद्योगात राहावं, म्हणजे शरीर व मन निरोगी राहातं समजलं ना? मला आता कसलीही इच्छा नाही. तुमचा दोघांचा जोडा पाहून डोळे कृतार्थ झाले. तो ठकसेन कुठं असेल देवाला माहीत. परंतु नको त्याची आठवण. जर कधी काळी आला, आधारासाठी आला तर त्याला जवळ घे. कसाही झाला तरी तो तुझा भाऊ. परंतु जपून वाग.”

पित्याचे शब्द ऐकता ऐकता संपतचे डोळे भरून आले. इतक्यात इंदुमती तिकडून आली. ती सासऱ्याचे पाय चेपीत बसली. सासऱ्याने तिच्याकडे पाहिले. तो म्हणाला, “इंदू, तुझ्या हातात सारं आहे. हा संपत तुझ्या हाती दिला आहे. त्याला सांभाळ. त्याच्या जीवनाला घाण लागू देऊ नकोस. त्याचा दिवाणखाना स्वच्छ केलास. तिथं फुलांचे गुच्छ ठेवलेस. तेथील तसबिरी झाडल्यास. संपतच्या हृदयाचा दिवाणखानाही निर्मल ठेव. तिथं भक्ती, प्रेम, दया, पवित्रता यांचा सुगंध पसर. समजलीस ना? तू थोर मनाची आहेस. आता मला काळजी नाही. संपतची जीवननौका तू नीट वल्हवून नेशील. सुखी राहा. एकमेकांची इच्छा सांभाळा. ओढून धरू नका. आपलाच हेका चालवू नका. एकमेकांविषयी शंका कधी घेऊ नका. संशय मनात वाढू देऊ नये. संशय मनात येताच तो निस्तरून घ्यावा. मोकळेपणा असावा. प्रेम हे मोकळं असतं. प्रेम भीत नाही. शंका आली,-विचारावी. कधी भांडण झालंच तर पुन्हा विसरा. पुन्हा हसा. जो आधी भांडण विसरून हसेल तो खरा.

हसतेस काय इंदू? तुला सारं समजतंच आहे. पण मला राहावत नाही म्हणून सांगतो."

दिगंबररायांनी पुत्राचे व सुनेचे हात आपल्या हातांत एकत्र घेतले. नंतर त्यांनी त्यांच्या डोक्यांवर आपला मंगल हात ठेवून त्यांना आशीर्वाद दिला. संपत व इंदू- दोघांचे डोळे भरून आले होते. दोघांचे का तिघांचे डोळे भरून आले. तिघांची हृदये भरून आली, आणि दिगंबररायांची घटकाही भरत आली.

एके दिवशी दिगंबरराय देवाकडे गेले! सार्‍या गावाला वाईट वाटले. अनेक स्नेही-सखे, आप्त-इष्ट समाचारासाठी आले. हळूहळू दु:ख कमी झाले. संपतराय आता धनी झाला. इंदुमती व तो दोघे सुखाने राहू लागली. वडिलांप्रमाणे नीट कारभार चालवू लागली.

सोनी

मनूबाबाच्या आयुष्यात आता क्रांती झाली. त्या लहान मुलीचे तो सारे करी. लहान मुलांचे कसे करावे ते त्याला माहीत नव्हते. प्रेमाने मनुष्य सारे शिकतो, आणि साळूबाई होतीच धडे द्यायला.

“मनूबाबा, तुम्हांला मुलीच्या अंगात नीट आंगडं घालता येईल का? नाही तर घालाल कसं तरी. तिच्या हाताची ओढाताण कराल. चिमुकले हात. का मी नीट घालून दाखवू?” साळूबाईने विचारले.

“दाखवा. एकदा दाखविलंत म्हणजे पुरे. त्याप्रमाणं मी करीत जाईन. आणि वेणी कशी घालायची? केस सारखे डोळ्यांवर येतात. नाही तर तिरळी व्हायची. मला दाखवा वेणी घालून.” मनूबाबा म्हणाले.

“मी रोज येऊन वेणी घालीत जाईन.” साळूबाई म्हणाली.

“नको. माझ्या हातांनी मला सारं करू द्या. मी करीन सारं मी शिकेन. तसंच हिला न्हायला कसं घालायचं तेही सांगा. केस स्वच्छ राहिले पाहिजेत. नाही तर होतील उवा.” मनूबाबा म्हणाले.

“मी दाखवीन एकदा न्हायला घालून. परंतु मनूबाबा, मुलीचं नाव काय ठेवायचं? तिला कोणत्या नावनं हाक मारायची? चांगलस नाव हवं. साधं व सुटसुटीत.” साळूबाई म्हणाली.

“माझी एक लहान बहीण होती. तिची आठवणही मी विसरून गेलो होतो. या मुलीला पाहूनन तिची मला आठवण झाली. ती बहीणच देवाघरून पुन्हा माझ्याकडे आली की काय असं वाटलं. त्या बहिणीचं नाव हिला ठेवावं असं मनात येतं. परंतु तं नाव उच्चारायला कठीण होतं. तुम्ही सुचवता का एखादं नाव?” मनूबाबांनी विचारले.

“सोनी ठेवा नाव. तुमचं गेलेलं सोनं. तेच जणू लक्ष्मीपूजनाच्या दिवशी परत आलं. सोनी नाव छान आहे. लहानसं, गोड नाव.” साळूबाई म्हणाली.

“सोनी. खरचं सुंदर नाव. कसं तुम्हांला सुचलं. माझं सोनचं आहे ते. चालतं बोलतं सोनं.” मनूबाबा म्हणाला.
मनूबाबा सोनीला पायांवर घेई. तिच्या अंगाला तेल लावी. हळद, दूध लावी. नंतर कढत पाण्याने तिला आंघोळ घाली. तिचे अंग नीट पुशी. मग तिला तो झोपवी. तो गोड ओव्या म्हणे. सुंदर अभंग म्हणे. एके दिवशी मनूबाबा सोनीला झोपवीत होते. अभंग म्हणत होते. इतक्यात साळूबाई तेथे आली. झोपडीच्या दारात उभी राहून ती ऐकत होती.

“तुम्हांला येतात वाटतं अभंग? किती गोड म्हणता!” तिने पुढे येऊन विचारले.

“मी सारं विसरून गेलो होतो. परंतु ही सोनी आली व माझी सारी स्मृतीही आली. लहानपणी माझ्या बहिणीला मी ओव्या म्हणत असे. माझी बहीण लहान असताना आईबाप मेले. माझ्या बहिणीला मीच वाढविलं. त्या वेळच्या ओव्या आता आठवतात.” मनूबाबा म्हणाला.

“निजली वाटतं?” साळूबाईने विचारले.

“निजली. अलीकडे ती एकसारखी बाहेर जाते. आणली आत तरी पुन्हा बाहेर जाते. मला भीती वाटते. तिला आता पाय फुटले आहेत. नजर चुकवते व जाते बाहेर. आई-गुरं जात असतात. शिंगंसुद्धा मारायची. मघा जरा रागं भरलो तर लगेच रडायला लागली. मग मी घट्ट पोटाशी धरली तेव्हा थांबली. जरा बोललेलं तिला सहन होत नाही.” मनूबाबा सांगत होता.

“परंतु थोडा धाक दाखवायलाच हवा. मारू बिरू नका. आमचा रामू लहान होता, तेव्हा असाच त्रास देई. एके दिवशी त्याला घरातील कोळसे ठेवायच्या खोलीत नेलं व म्हटलं, ‘ठेवू कोळशाच्या खोलीत, येतील उंदीर, मग चावतील. ठेवू कोळशाच्या खोलीत? नाही ना जाणार बाहेर? बाहेर गेलास तर या कोळशाच्या खोलीत ठेवीन. त्या दिवसापासून रामू बाहेर जाईनासा झाला. काही तरी असं करावं लागतं.” साळूबाई अनुभव सांगत होती.

मनूबाबा मागावर बसले होते. सोनी जवळच खेळत होती. सुताच्या गुंड्यांशी खेळत होती. परंतु तिकडे रस्त्यावरून एक बैलगाडी जात होती. सोनीने बैल पाहिले. ती दाराकडे वळली. ती घरातून बाहेर पडली. ती लांब गेली.

मनूबाबांच्या एकदम लक्षात आले. सोनी कोठे आहे? ते इकडे तिकडे पाहू लागले. ते घाबरले. त्यांनी झोपडीच्या सभोवती पाहिले. त्यांचा जीव घाबरला. छाती धडधडू लागली. कोठे गेली सोनी? 'सोने, सोने!'- ते हाका मारू लागले. सोनी ओ देईना, नाचत पुढे येईना. त्यांना झोपडीच्या उत्तर बाजूला असलेला तो खळगा आठवला. त्या खळग्याकडे तर नाही ना गेली? पडली तर नसेल तेथील चिखलात? ज्या दिवशी मनूबाबाचे सोने चोरीस गेले होते, त्या दिवशी बराच भरून गेला होता. गावातील पावसाचे सारे पाणी तेथे जाई. तेथे दलदली असे. मनूबाबांचे मन दचकले. ते धावपळ करीत होते. इतक्यात त्यांना सोनी दूर दिसली.

"सोने, सोने!" म्हातार्‍याने हाक मारली.

सोनीचे लक्ष नव्हते. ती रानफुले गोळा करीत होती. पिवळी, जांभळी फुले.

"सोने, सोने!" असे म्हणून मनूबाबाने तिला एकदम उचलून घेतले. तिचे पटापट मुके घेतले. तिचे गोरे गोरे गाल लाल झाले होते. सोनी मनूबाबाच्या कानांत फुले ठेवीत होती. सोनीला घेऊन तेथे तो म्हातारा उभा होता. त्या जागेकडे पाहात होता. ती पवित्र जागा होती. येथेच सोनीच्या आईचे शेवटचे अनंतशयन केले होते. येथेच भू-मातेच्या सांडीवर सोनीच्या आईने आपले डोके ठेवले होते. येथेच 'मा मा मा मा' करीत लहानगी सोनी आईला उठवीत होती. आईने घ्यायला यावे म्हणून रडत होती. आज सोनी तेथेच येऊन बसली. तेथेच रमली. त्या जागेवरची फुले गोळा करीत राहिली. त्या मातेचा का आत्मा तेथे होता? त्या मातेच्या डोळ्यांतील अश्रूंची का ती फुले होती!

मनूबाबाच्या मनात किती तरी विचार आले. त्याने ती फुले सोनीच्या केसांत घातली. जणू वनदेवतेची मुलगी अशी सोनी दिसू लागली. त्याने तिच्याकडे प्रेमाने पाहिले. तिला उचलून घेतले. तो सोनीला घेऊन घरी आला.

"सोने, बाहेर गेलीस तर बघ. त्या कोळशाच्या खोलीत कोंडून ठेवीन. ठेवू कोंडून? ठेवू?" असे म्हणून त्याने त्या लहान मुलीला त्या कोळशाच्या बळदात थोडा वेळ ठेवले. ती रडू लागली. त्याला दया आली. त्याने तिला जवळ घेतले. तिचे डोळे त्याने पुसले. तिच्या पायांना काळ लागले होते ते त्याने धुतले. "नाही हो, माझी बाळ ती! नाही हो ठेवायची कोळशात. माझी सोनुकली ती." असे म्हणून त्याने तिचे मुके घेतले.

सोनीला खेळण्यांचा तोटा नव्हता. वाटेल ती वस्तू तिला चाले. मनूबाबांची कात्री- त्या कात्रीवर तिचे फार लक्ष असे. एके दिवशी तिने ती कात्री पळविली. सुताच्या गुंड्यांचे ती तुकडे करीत होती. सोनी कशाशी खेळत आहे हे पाहण्यासाठी मनूबाबा गेले, तो सोनी सुताचे धागे तोडीत आहे असे त्यांना दिसले.

"तुला कात्री घेऊ नको सांगितलं तरी पुन्हा घेतलीस? हात कापेल ना! त्या कोळशाच्या बळदात ठेवू?" त्याने विचारले.

"हं, ठेवा बाबा. त्या कोळशाच्या खोलीत मला ठेवा. मग तुम्हांला मी हाका मारीन. तुम्ही मला घ्याल. माझे काळे पाय धुवाल. ठेवा ना या खोलीत." ती सोनुकली म्हणाली.

मनूबाबाला हसू आले. ज्या वस्तूची दहशत तो दाखवू पाहात होता तीच वस्तू सोनीला गमतीची वाटत होती. सोनीला खोटी भीती घालायची नाही असे त्याने ठरविले. मोकळेपणाने सोनी वाढू दे.

त्याने सोनीसाठी मुद्दाम सुंदर कापड विणले. त्याचे कपडे तिच्यासाठी करण्यात आले. किती सुंदर दिसे सोनी त्या कपड्यांत. सोनीसाठी तो चांगली भजी करी. तिच्यासाठी दूध घेई. सोनीच्या भातावर तूप वाढी. तिच्या पोळीला तूप लावी. मनूबाबाचे पैसे आता शिल्लक पडत नसत. पूर्वी पैसे भराभर साठत. मोहरा जमत. परंतु आता? पूर्वी पैशांना हेतू नव्हता. ते निर्हेतुक पैसे भराभर जमत असत. परंतु आता पैशांचा उपयोग होऊ लागला. पूर्वी पैशांसाठी पैसे होते. आता सोनासाठी ते हवे होते.

सोनी चंद्राच्या कोरेप्रमाणे वाढत होती. मनूबाबा तिला घेऊन बसे. तो तिला गोष्टी सांगे. कधी कधी तो तिच्याबरोबर खेळे. तो तिला धरी. ती त्याला धरी. मनूबाबाची पूर्वीची निराशा गेली. पूर्वी त्याच्या जीवनात अर्थ नसे. यंत्राप्रमाणे तो काम करी. कापड विणी. पैसे साठवी. ते पैसेच कुरवाळी, तेच हृदयाशी धरी. परंतु आता त्याच्या जीवनात प्रकाश आला. प्रेम, स्नेह, दया, माणुसकी, कर्तव्य, आनंद यांचे बंद झरे पुन्हा वाहू लागले. जीवनाला आता अर्थ प्राप्त झाला. जीवनात गोडी आली. पूर्वी मनूबाबाचे डोळे कसे तरी भयाण दिसत, शून्य दिसत. परंतु आता तेच डोळे प्रेमळ दिसू लागले. पूर्वी त्याच्या चोंडावर कोणतीच भावना नसे. परंतु आता ते तोंड सात्त्विकतेने फुलले होते. पंधरा वर्षांत मनूबाबा हसला नाही. परंतु आता सोनीशी तो हसे,

खेळे. मनूबाबा पुन्हा मनुष्य झाला. पूर्वीचे पाषाणमय जीवन संपले. मनूबाबाचा जणू पुनर्जन्म झाला. लहानशी सोनी. परंतु तिने ही क्रान्ती केली होती. तिचा हात अद्याप धरावा लागत होता. तिला नीट बोलता येत नव्हते. परंतु म्हाताऱ्या मनूबाबाला न कळत ती आधार देत होती. त्याचे जीवन ती फुलवीत होती. त्याच्या जीवनात ती रस ओतीत होती. आनंद ओतीत होती. जगात असे चमत्कार होतात. एखाद्या लहान मुलाचा चिमणा हात माणसाचा उद्धार करू शकतो, माणसाला विनाशापासून वाचवू शकतो.

सोनी आता बरीच मोठी झाली. ती पुष्कळदा साळूबाईकडे जाई. तिच्याकडे खेळे. कधी ती भातुकली करी. रामू तिचा खेळ मांडून देई. परंतु एखादे वेळेस तो भातुकलीचे सारे मटकावून टाकी. मग सोनी संतापे. ती सारा खेळ फेकून देई. बुटकुळी भिरकावी. मग रामू पुन्हा तिचा खेळ मांडी, तिची समजूत घाली.

"रामू, का रे तिला रडवतोस?" साळूबाई रागाने विचारी.

"तिला मागून हसविण्यासाठी." तो लबाड उत्तर देई.
"असं भांडू नये. ती लहान आहे." साळूबाई म्हणाली.

'मी वाटतं मोठा आहे?" तो विचारी.

"मला फुलं देशील आणून, रामू? फुलं आणून देणार असलास तर मी हसेन. नाही तर आता रागावून निघून जाईन." सोनी म्हणे.

"बरं आणीन फुलं. आता हस." तो म्हणे.

मग सोनी हसे व रामूचे डोळे धरी. अशी गंमत चाले. कधी कधी सोनी साळूबाईकडे जेवे. मग मनूबाबा घरी रागावत.

"रामू वाटतं लोक आहे? रामू आपलाच. रामूची आई आपलीच. त्यांच्याकडे जेवल्ये म्हणून काय झालं हो बाबा? तुम्ही रागावलेत? नको जाऊ?" ती विचारी.

"एखादे वेळेस जावं." तो म्हणे

“मग मी का रोज जाते?” ती विचारी.

असे दिवस जात होते. मनूबाबा आता सोनीला लिहावाचायला शिकवू लागले. एके दिवशी सोनीसाठी त्यांनी लहानसे पुस्तक आणले. ते तिच्याबरोबर वाचीत होते. तो साळूबाई आली.

“मनूबाबा, तुम्हांला वाचता येतं वाटतं?” तिने आश्चर्याने विचारले.

“मध्यंतरी विसरलो होतो. पंधरा-वीस वर्षांत कधी लिहिलं नाही, कधी वाचल नाही. परंतु आता सारं आठवतं. सोनीला शिकविता यावं म्हणून माझं शिकणं मला परत मिळालं, खरं ना सोने? आम्हांला लहानपणी शिकवताना मारीत. परंतु सोनीला नाही हो मी मारीत. सोनी शहाणी आहे. भराभर येतं तिला.” मनूबाबा सांगू लागले.

“रामूसुद्धा चांगलं वाचतो. बाकी गरिबांना फार शिकून काय करायचं म्हणा. परंतु लिहिता वाचता आलं पाहिजे. म्हणजे पत्र लिहिता येतं, आलेल पत्र वाचता येतं. हिशेब करता येतो. नाही तर गरिबांना फसवतात. मला नाही वाचता येत. रामू माझ्या पाठीस लागतो. परंतु मी त्याला म्हणते. ‘मला नको रे आता शिकवू.’ तुझी बायको आली म्हणजे पुढं तिला तू शिकव.” साळूबाई हसून म्हणाली.
“रामूची बायको! अय्या!” सोनी आश्चर्याने ओठावर बोट ठेवून हसून म्हणाली.

एके दिवशी सोनी बाहेर गेली होती. संपतरायांच्या वाड्यावरून जात होती. सोनीला हाक मारावी असे त्यांना वाटले. परंतु इतक्यात त्यांची पत्नी इंदुमती त्यांच्याजवळ आली.

“काय बघता?” तिने प्रेमाने विचारले.

“त्या विणकराची मुलगी.” तो म्हणाला.

“बाकी त्या मनूबाबाची कमाल आहे हो. त्या पोरीचं तो सारं करतो. एवढीशी होती. तेव्हापासून त्यानं ती वाढविली. तिचं हगमूत काढलं. आजारीपणात

जपलं. तिला भरवी, तिला खेळवी. तिच्याबरोबर नाचे, हसे. तिला लिहावाचायलासुद्धा शिकवितो. बायकासुद्धा करायला कंटाळतील. आयासुद्धा कंटाळतील. परंतु मनूबाबा सारं आनंदानं करतात. आणि मुलगीही आहे सुंदर. बघा ती कशी दिसते. ती काय पाहते आहे?"

"ती आपल्या बागेतील फुलांकडे बघत आहे."

"केसांत घालायला हवी असतील."

"चल, तिला आपण देऊ फुलं."

"थांबा, मी गड्याला सांगते."

परंतु इतक्यात सोनी तेथून पळाली. संपतरायांचा कोणी तरी नोकर तिच्यावर ओरडला. ती घाबरली. धापा टाकीत ती घरी आली. मनूबाबा स्वयंपाक करीत होते. सोनी रडत होती.

"काय झालं बेटा?" त्याने प्रेमाने विचारले.

सोनी बोलेना. तो तिच्याजवळ आला. त्याने तिच्या केसांवरून हात फिरविला. तिच्या पाठीवरून हात फिरविला. सोनीचे रडे थांबले.

"का रडत होतीस?" त्याने पुन्हा प्रश्न केला.
"बाबा, आपल्या घराजवळ एखादी बाग करा ना. लहानशी फुलांची बाग. मात्र त्या बागेत तुम्ही नाही काम करायचं. मी व रामू त्या बागेत खपू. आम्ही खणू, फुलझाडं लावू, पाणी घालू. रामूनं कबूल केलं आहे. कराल का बाग? लहानशी असली तरी पुरे. परंतु कुठ करायची? आपली अशी जागाच नाही. किती तरी जमीन पडली आहे पलीकडे. त्या खळग्याजवळ. आपणाला ती घेता नाही येणार का? येईल का घेता? त्यासाठी ता बरेच पैसे पडतील?" सोनीने मनूबाबाच्या गळ्याला मिठी मारून विचारले.

"घेऊ हो जागा. करू हो बाग. मग सोनीच्या केसात रोज फुलं. रोज गजरे." मनूबाबा हसून म्हणाला.

“रामूच्या आईच्या देवांनाही होतील, आणि मी गुच्छ करून तुम्ही विणता तेथील खिडकीत ठेवीन. तुम्हांला विणताना छान वास येईल नाही? पण बाबा, एक अट आहे. तुम्ही नाही हो बागेत काम करायचं. तुम्ही दमाल. तुम्ही आम्हांला सांगा बाग कशी करायची ते. रामू व मी दोघंजणं काम करू.” ती म्हणाली.

“काम करता करता भांडू लागाल.” तो हसून म्हणाला.

“आता का आम्ही लहान आहो भांडायला?” तिने हसून विचारले.

“मग तू का मोठी झालीस? अहा रे मोठी सोनी.” मनूबाबा म्हणाले.

“खरचं बाबा. मी काही लहान नाही. आता मी मोठी झाले बाबा.” ती म्हणाली.

आणि खरेच, सोनी आता मोठी होत चालली होती व रामूही मोठा होत चालला होता. एके दिवशी रामू व सोनी दोघेजण बसली होती.

“सोन्ये, तुला मी एक विचारू?” त्याने गंभीरपणे प्रश्न केला.

“विचार ना. माझी परवानगी कशाला?”

“तू रागावशील.”
“आता का मी लहान आहे? भातुकली खेळत असे तेव्हा रागावत असे. तेव्हा मी लहान होते.”

“आता तू मोठी झालीस.”

“आणि तू सुद्धा मोठा झालास.”

“म्हणूनच तुला मी काही तरी विचारणार आहे.”

“जे विचारणार आहे ते का मोठं झाल्यावर विचारायचं असतं?”

“हो.”

“मग विचार.”

“तू माझ्याशी लग्न लावशील? आपण पतीपत्नी होऊ. दोघं संसार करू.”

“परंतु मग माझ्या बाबांना कोण? ते म्हातारे झाले आहेत. त्यांना मी कसं सोडू? त्यांनी मला लहानाचं मोठं केलं. ते का म्हातारपणी एकटे राहाणार? हल्ली त्यांच्यानं काम होत नाही. त्यांना सोडून जाणं म्हणजे कृतघ्नपणा आहे.”

“परंतु त्यांना नको सोडून द्यायला. आपण सारी एकत्र राहू. मनूबाबांना विश्रांती देऊ.”

“असं चालेल का?”

“न चालायला काय झालं? परंतु मी तुला आवडत असेन तर.”

“तू नाही आवडत तर कोण? तुझ्याशिवाय मला करमत नाही. चांगला आहेस. खरंच मला तू आवडतोस.”

“आणि मला तू आवडतेस.”

“मी बाबांना विचारीन. ते काय म्हणतात पाहू.”

“विचार. त्यांचा आनंद तोच आपला.”

रामू व सोनी निघून गेली. रामू कामाला गेला. सोनी घरी आली. त्या दिवशी सायंकाळी मनूबाबा सोनीचा हात धरून फिरायला गेले होते. सूर्य अस्ताला जात होता. पश्चिमेकडे किती सुंदर रंग पसरले होते आणि सोनीच्या तोंडावरही शतरंग नाचत होते.
“सोन्ये किती सुंदर दिसतं आहे तुझं तोंड!” मनूबाबा म्हणाले.

“तुम्हांला मी नेहमीच सुंदर दिसते!” ती म्हणाली.

“मलाच नाही. सर्वांनाच तू सुंदर दिसतेस. परंतु तुझं हे सौदर्य कोणाच्या पदरी घालायचं? सोन्ये, तू आता मोठी झालीस. तुझं लग्न केलं पाहिजे. मी आता म्हातारा झालो. तुझे हात योग्य अशा तरुणाच्या हाती दिले, म्हणजे माझं कर्तव्य संपलं.”

“बाबा!”

“काय सोन्ये!”

“तुम्हांला एक विचारू?”

“विचार बेटा.”

“रामू मला विचारीत होता.”

“काय विचारीत होता?”

“तू माझी बायको होशील का म्हणून.”

“तू काय म्हणालीस?”

“म्हटलं की बाबांना विचारीन.”

“तुम्ही दोघांनी ठरवून टाकलंत एकंदरीत. माझी चिंता कमी केलीत.”

“बाबा, रामू चांगला आहे. तुम्हांला नाही तो आवडत?”

“साऱ्या जगाला तो आवडतो. दिसतो कसा दिलदार. आळस त्याला माहीत नाही. खरचं चांगला आहे रामू.”

मनूबाबाचे डोळे ओले झाले. त्यांनी सोनीचा हात हातांत घेतला. या हातावर त्या डोळ्यांतील पाणी पडले. त्या अश्रूंत किती तरी अर्थ भरलेला होता!

“सोन्ये, आज सारं आठवतं आहे. सारं माझं व तुझं आयुष्य माझ्या डोळ्यांसमोर येत आहे. या रायगावात मी एकटा होतो. कधी हसलो नाही, कधी कोणाजवळ बोललो नाही. मी शुष्क होतो. सारं जीवन जणू पाषाणमय होतं. मी दिवसभर विणीत बसे. पैसे मिळत ते साठवीत असे. मोहरांच्या दोन पिशव्या भरल्या. त्या मोहरा म्हणजे माझं जीवन. परंतु त्या मोहरा चोरीस गेल्या आणि तू मला मिळालीस. एके दिवशी पहाटे तू माझ्या झोपडीत आलीस. तुझी आई झोपडीपासून काही अंतरावर मरून पडली होती. तुला मी माझी मानली. तुला वाढवलं. माझ्या जीवनात तू आनंद आणलास. पंधरा वर्ष माझी वाचा बंद होती. जीवनाचे सारे झरे बंद होते. परंतु मी हसू, खेळू लागलो. तू माझं जीवन कृतार्थ केलंस. कशासाठी जगावं ते मला कळू लागलं. सोन्ये, तुझ्यामुळं माझ्या जीवनात केवढी क्रांती झाली, हे तुला माहीत नाही. तू माझा उद्धार केलास. तुझे बोबडे बोल, तुझं हसणं, तुझं रडणं यांनी माझं वाळलेलं जीवन पुन्हा फुललं. आता तू मोठी झालीस. तुझ्या डोळ्यांसमोर नवीन क्षितिजं आता दिसत असतील. संसाराची नवीन स्वप्नं दिसत असतील. सोन्ये, जा, योग्य अशी कोणासह संसार करायला जा. मी पुन्हा एकटा राहीन, पूर्वी एकटा होतो, पुन्हा एकटा माझा प्राण व मी. माझ्यासाठी तुझा कोंडमारा नको, सोन्ये.”

म्हाताऱ्याला बोलवेना. घळघळ अश्रू पुन्हा वाहू लागले.

“बाबा, नका रडू. तुमचं माझ्यावर किती प्रेम. तळहाताच्या फोडाप्रमाणं तुम्ही मला वाढवलंत. मला कोण होतं जगात. या लहानशा मुलीचे तुम्ही आईबाप झालांत. आता तुमच्या हातांनी योग्य पती द्या. रामू चांगला आहे. आणि बाबा, तुम्हांला काही सोडून नाही मी जाणार. आपण सारी एकत्र राहू. रामू व मी काम करू. तुम्ही विश्रांती घ्यायची. तुमचा आशीर्वाद आम्हांला मिळायचा. खरं बाबा? तुम्हांला सोडून मी कशी जाईन? आपण एकत्र राहू.”

“राहू. एकत्र राहू.”

सोनीने मनूबाबांचा हात धरला. दोघं घरी आली. आणि त्या दोघांचे हृदय भरून आले होते.

सत्य लपत नाही

"बाबा, बागेसाठी घेणार ना जागा? कधी घेणार?" सोनीने विचारले.

"घेणार आहे. हल्ली त्याच खटपटीत आहे." मनूबाबा म्हणाले.

आणि मनूबाबा खरोखरच त्या उद्योगात होते. झोपडीच्या जवळच ते जागा बघत होते. ज्या ठिकाणी सोनीची अनाथ माता मरून पडली होती, ते ठिकाण बागेच्या मध्यभागी असावे अशी एक सुंदर उदात्त कल्पना त्या विणकराच्या मनात आली. ती साडेतीन हात जागा बागेच्या मध्यभागी पवित्र राखू. भोवती फुलांचे ताटवे लावू. जणू सोनीच्या आईची समाधीच! असे विचार मनूबाबाच्या मनात खेळत होते.

मनूबाबाने ती जमीन खरेदी केली. पडीतच जमीन होती. फार किंमत पडली नाही आणि संपतरायाने ती जमीन कमी किंमतीत त्या म्हाताऱ्याला मिळावी म्हणून योजना केली. संपतरायाचे सोनीवर प्रेम होते. मधूनमधून तो मनूबाबांकडे पैशाच्या रूपाने मदत पाठवीत असे.

मनूबाबांनी जी जमीन खरेदी घेतली, तिच्याभोवती दगडांचे सुंदर कुसू घालून देण्याचे संपतरायाने ठरविले. त्या जमिनीजवळच दगडांची खाण होती. तो जो खळगा होता, तेथेच ती खाण होती. मजूर तेथे कामाला लागले. दगड खणून काढू लागले. तसेच तेथे जी दलदल होती, तीही भरून काढण्याचे काम सुरू झाले. मनूबाबाच्या बागेजवळ घाण नको. गावाचे गटार नको.

संपतरायाची माणसे काम करीत होती. परंतु तेथे काम करणारे एकदम चकित झाले. खणता खणता तेथे एकदम काही तरी सापडले. काय सापडले? त्या दोन चामड्याच्या पिशव्या आणि तेथे तो सोनेरी मुठीचा संपतरायांचा चाबूक सापडला. तेथे एक मनुष्य पुरलेला असावा. त्याची हाडे होती. कोण तो मनुष्य? परंतु तेथे एक आंगठीही होती. त्या आंगठीवर ठकसेनाचे नाव होते! ठकसेन! संपतरायाचा भाऊ ठकसेन! तो का चोर होता? त्याने का मनूबाबांच्या पिशव्या चोरल्या? आश्चर्य! पंधरा वर्षांनी गोष्ट उघडकीस आली.

गावातील सारी मंडळी त्या खळग्याकडे धावत आली. लहान-मोठी सारी माणसे तेथे जमली. मनूबाबा, सोनी, रामू, साळूबाई सारे तेथे आली.

“माझं सोनं. माझं कष्टानं मिळविलेलं सोनं. परंतु सोनीपुढे हे सोनं फिक्क आहे. सोनीच्या लग्नासाठी सोनं आलं.” मनूबाबा म्हणाले.
“परंतु इथं कसा दिगंबररायांचा मुलगा पडला?”

“त्या दिवशी गारांचा पाऊ, होता. गारांच्या मारानं ठेचला गेला असेल. काळोखात हा खळगा दिसला नसेल. पडला असेल खळग्यात वरून गारांचा मारा आणि खाली दगडावर आपटला असेल. हा खळगा त्याच रात्री कोसळला. दगड-माती अंगावर पडून ठकसेन पुरला गेला. गावातील सारा गाळही पाण्याबरोबर आला असेल व तो आणखी अंगावर साचला असेल. सृष्टीनं ठकसेनाला मूठमाती दिली.”

“आणि हा चाबूक?”

“त्या दिवशी तो घोडी विकायला गेला होता. घोडी तिकडे मरून पडली. मग पैशासाठी इकडे येऊन त्याने चोरी केली असेल. त्या वेळेस चाबूक हातात असेल. परंतु देवाच्या मनात निराळंच होतं.”

“एवढ्या मोठ्या घराण्यात असा कसा निपजला?”

“जगात असे अनेक प्रकार होतात.”

“मनूबाबाचे पैसे मिळाले. चांगलं झालं. म्हातारपणी आता काम करण्याची दगदग नको. मनूबाबांना त्यांच्या प्रामाणिकपणाचं, प्रेमाचं, उदारपणाचं देवानं बक्षीस दिलं.” लोक म्हणाले.

इतक्यात संपतराय तेथे आले. सारे लोक बाजूला झाले. त्यांनी तो मृत आकार पाहिला! इतर सर्व वस्तू पाहिल्या. ते गंभीरपणे उभे राहिले.

“माझाच भाऊ, देव त्याला क्षमा करो. मनूबाबा, तुम्हीही क्षमा करा.” संपतराय दु:खाने म्हणाले.

संपतरायांनी त्या अवशेषांस अग्नी दिला. सारे लोक परतले. संपतरायही घरी आले. गावात चाललेली गडबड इंदुमतीच्या कानी आली. परंतु सारा वृत्तान्त

नीट तिला कळला नव्हता. संपतराय आले व आपल्या खोलीत खिन्नपणे बसून राहिले.

“काय आहे गडबड, काय आहे हकीगत? तुमचा चेहरा असा का काळवंडला? सांगा ना सारं.” इंदुमतीने आस्थेने विचारले.
“काय सांगू? त्या विणकारचं सोनं पंधरा वर्षांपूर्वी चोरीस गेलं होतं, ते माझ्या भावानं चोरलं होतं. पंधरा वर्षांनी सत्य उघडकीस आलं. तुझ्या पतीचा भाऊ चोर निघाला. चोराच्या भावाशी तू लग्न लावलंस. माझ्यामुळं, आमच्यामुळं तुला कमीपणा. तुझं माहेर मोठं, घरंदाज. थोर कुळातील तू. माझ्याकडे आता तू आदराने पाहू शकणार नाहीस. चोराचा भाऊ असं तुझ्या मनात येईल. काय करणार मी?” असे म्हणून संपतराय केविलवाण्या दृष्टीने पलीकडे पाहू लागले. थोडा वेळ कोणी काही बोलले नाही.

नंतर इंदुमती पतीचा हात प्रेमाने आपल्या दोन्ही हातांनी धरून म्हणाली, “तुम्ही वाईट नका वाटून घेऊ. तुमचा भाऊ असा निघाला त्यात तुमचा काय दोष? घराण्याला थोडा कमीपणा येतो; परंतु काय करायचं? मामंजी आज हयात नाहीत हे एका दृष्टीने बरं. नाही तर त्यांच्या जीवाला फार लागली असती ही गोष्ट. मी तुमच्याकडे भक्तीप्रेमानंच पाहीन. मला जगाशी काय करावयाचं आहे? माझं सारं धन म्हणजे तुम्ही. तुम्ही माझं सर्वस्व. तुम्ही निर्मळ व निष्पाप असलेत म्हणजे झालं. का? अशी का करता मुद्रा? काय होतं तुम्हांला? का आले डोळे भरून? नका हो रडू. मनाला इतकं लावून घेऊ नये. बाकी भावाला असा अपघाती मृत्यू यावा याचं वाईट वाटणारच. परंतु आपला काय इलाज?”

थोडा वेळ कोणी बोलले नाही.

संपतराय गंभीरपणे म्हणाले, “इंदू आणखीही तुला काही सांगणार आहे. सत्य जगात केव्हा ना केव्हा प्रकट होतंच. मग सारं तुला सांगून टाकतो. सांगू?”

“सांगा. काय सांगायचं?” ती भीतभीत विचारती झाली.

“इंदू तुझा पतीही निर्दोष नाही. हा संपतराय निष्पाप नाही. मी तुझ्याबरोबर लग्न करणं लांबणीवर टाकीत होतो. ही गोष्ट तुला आठवत असेल. मी एका मुलीच्या प्रेमपाशात अडकलो होतो. तिच्याजवळ मी गुप्तपणे लग्न लावलं होतं. एका गावात एक घर भाड्यानं घेऊन तेथे तिला ठेविली होती. ती मुलगी गरीब घराण्यातील होती. आम्ही मोठ्या घराण्यातील. बाबांनी त्या मुलीजवळ लग्न लावायला कधीही संमती दिली नसती. मलाही उघडपणे त्या मुलीला माझी पत्नी म्हणून इथं आणण्याचं धाष्टर्य झालं नाही. समाजाच्या टीकेला मी भ्यालो. खोटे श्रेष्ठकनिष्ठाचे भेद, त्यांना मी बळी पडलो. मनाने मोठा तो मोठा. तो कोठे का जन्मेना? कोठे रानातही गुलाब फुलला, तरी त्याचा सुगंध दशदिशांना धावणारच. परंतु मी भ्याड होतो. त्या माझ्या पत्नीला माझ्यापासून एक सुंदर मुलगी झाली होती. मी मधून मधून तिच्याकडे जात असे. त्या सुंदर लहान अर्भकाला जवळ घेत असे. माझी पत्नी मला नेहमी विचारी, ‘कधी नेणार घरी?’ मी म्हणे, ‘नेईन लवकर.’ परंतु ती निराश झाली. लहान मूल कडेवर घेऊन ती माझ्याकडे येण्यासाठी निघाली असावी. पायी यायला निघाली.
तुला आठवते का ती गोष्ट? पंधरा वर्षांपूर्वीची गोष्ट. मनूबाबांच्या झोपडीजवळ एक आनाथ स्त्री मेलेली आढळली. इंदू, तीच माझी पहिली पत्नी आणि मनूबाबाकडे वाढणारी सोनी तीच माझी मुलगी. ती माझी पत्नी गावाच्या सीमेवर विष पिऊन मरून पडली. पतीची बेअब्रू करण्यापेक्षा जगातून गेलेलं काय वाईट? माझ्यामुळं पतीच्या नावाला कमीपणा का येईल? तर मग मी या जगात कशाला राहू? अशा विचारानं का तिनं मरण पत्करलं? आणि ती मुलगी! त्या विणकराला म्हटलं, का मी त्या अनाथ मुलीला वाढवीन. परंतु तो देईना. ही माझी मुलगी आहे व ही मरून पडलेली अनाथ स्त्री माझी पत्नी आहे असं सर्व लोकांसमोर कबूल करण्याचं धैर्य मला झालं नाही. इंदू, असा मी आहे. तुझ्यापासून पंधरा वर्षे सत्य लपवून ठेवलं. परंतु आज सांगत आहे. या पापी पतीला क्षमा कर. तुझ्या प्रेमात आहे का इतकी शक्ती, इंदू!” असे म्हणून पतीने आपले डोके वाकविले.

इंदू थरथरत होती. ती हकीगत ऐकताच क्षणोक्षणी तिची मुद्रा बदलत होती. परंतु शेवटी तिच्या डोळ्यांतून करूणा चमकली. तिने पतीच्या मस्तकावरून हात फिरविला. दोघे पुन्हा शांत बसली. कोणी बोलेना.

"इंदू, तू माझ्याकडे प्रेमानं अत:पर पाहू शकशील का? माझा तिरस्कार नाही ना करणार? तुझं प्रेम थोर आहे. तू मला पदरात घे. घेशील?" संपतरायाने एखाद्या मुलाप्रमाणे विचारले.

"तुम्ही इतक्या वर्षांनी का होईना, परंतु मजजवळ सत्य सांगितलंत हा तुमचा मोठेपणाच आहे. नाही तर ही गोष्ट मला थोडीच कळली असती? असो. झालं ते झालं. तुम्ही व मी आता अलग नाही. पंधरा वर्षे एकत्र राहिलो. तुम्हांला मी कशी तुच्छ मानू? तुम्ही जणू माझे झाले आहात. तुमचा तिरस्कार करणं मी माझाच तिरस्कार करण्यासारखं आहे. जाऊ दे; जगात निर्दोष कोण आहे? पापाचा पश्चात्ताप झाला म्हणजे पुरे. परंतु हे जर मला पूर्वीच सांगितलं असतं तर ती सोनी मी आपल्या घरी आणली असती. आपण तिला वाढवलं असतं. आपण तिचं कोडकौतुक केलं असतं. आपल्या घरात तिनं आनंद पसरला असता. देवानं आपणांस मुलबाळ दिलं नाही. ते सुख आपणास नाही. ती उणीव भरून निघाली असती. मी तिला कुशीत घेतलं असतं. तिला जेवू घातलं असतं. तिला न्हाऊमाखू घातलं असतं. मातृसुखाचा आनंद मी लुटला असता. परंतु आता काय? असो. आपलं नशीब." असं म्हणून इंदू थांबली.

"आपण मनूबाबाकडे जाऊ व सारं सांगू. सोनीला घेऊन येऊ. ती येईल. तिला सांगितलं की ती येईल." संपतराय म्हणाला.

"जाऊ त्यांच्याकडे." ती म्हणाली.

"आज रात्रीच जाऊ." तो म्हणाला.

सोनीचा नकार

सोनी व मनूबाबा प्रेमळपणे गोष्टी बोलत बसली होती. झोपडीत दिवा होता.

“बाबा, तुम्ही अंगावर घ्या ना ती शाल. आज बाहेर थंडी आहे. घालू तुमच्या अंगावर?” प्रेमाने सोनीने विचारले.

“तू ज्या दिवशी मला सापडलीस, त्या दिवशी याच्याहून अधिक थंडी होती आणि तू लहान असूनही उघड्यातून रांगत माझ्या झोपडीत आलीस. माझ्या लहान सोनीला थंडी बाधली नाही. मी तर मोठा आहे. आज थंडीही तितकी नाही. मला कशी बाधेल?” मनूबाबा म्हणाले.

“बाबा, आज सारं सोनं सापडलं. कल्पनाही नव्हती.”

“तुझ्या लग्नासाठी आले. रामूही गरीब आहे. तिला आता दोन दागिने करता येतील. तुला आवडतात की नाही दागिने?”

“मला आवडतात. आता आपली बाग लवकर तयार करायची. आमच्या लग्नाला आमच्या बागेतील फुलं. त्या फुलांना आईच्या श्वासोच्छवासाचा सुगंध येईल. आईचे आशीर्वाद त्या फुलांतून मिळतील. नाही बाबा?” तिने सदगदित होऊन विचारले.

“होय बेटा. आईच्या आशीर्वादाहून थोर काय आहे? मरता मरता तिनं स्वत:चं लुगडं फाडून ते तुझ्याभोवती गुंडाळून ठेवलं होतं. जणू तिनं आपलं प्रेम तुझ्याभोवती गुंडाळून ठेवलं. आई मेली. परंतु तिचं प्रेम मागं राहिलं. प्रेम अमर आहे. त्या प्रेमाची स्मृतीही आपलं पोषण करीत असते. त्या प्रेमाची स्मृतीनं उत्साह येतो, सामर्थ्य येतं. आपणास निराधार असं वाटत नाही.” मनूबाबा बोलत होते.

“बाबा, तुम्ही रामूच्या आईजवळ बोललेत का? रामूची आई किती मायाळू आहे! त्या दिवशी माझं जरा डोकं दुखत होतं, तर लगेच त्यांनी तेल चोळलं. किती तरी त्या माझं करतात.”

"साळूबाई खरंच थोर आहेत. त्यांनी मला कितीदा तरी धीर दिला आहे. तू लहानपणी कधी आजारी पडलीस, तर लगेच यायच्या. औषध उगाळून द्यायच्या. तुला त्यांनी न्हाऊमाखू घातलं आहे. तुझं सोनी नाव त्यांनीच सुचविलं. साळूबाईसारखी सासू मिळणं म्हणजे पूर्वपुण्याईच हवी. मी अद्याप त्यांच्याजवळ बोललो नाही. परंतु बोलेन. साळूबाई नाही म्हणणार नाहीत. त्यांचं तुझ्यावर प्रेम आहे. जसा रामू, तशी त्यांना तू, तू सर्वांना आवडतेस." मनूबाबांनी सोनीच्या केसांवरून हात फिरवीत म्हटले.

झोपडीत अशी बोलणी चालली होती. तिकडे संपतराय व इंदुमती झोपडीकडे येण्यासाठी बाहेर पडत होती. घोड्याची गाडी तयार झाली. तीत ती दोघेजण बसली. संपतरायाच्या हातात इंदुमतीचा हात होता. कोणी बोलत नव्हते. गाडी निघाली. रात्रीच्या वेळेला तो टाप् टाप् आवाज घुमत होता. कोणी कोणी घरातून डोकावून पाहात होते. "जात असतील फिरायला. घरात करमत नसेल. मूल ना बाळ!" असे कोणी म्हणत होते.

झोपडीच्या दाराशी गाडी थांबली. सोनी व मनूबाबा चकित झाली. कोणाची गाडी? रात्रीच्या वेळी कोण आले असेल? आपल्याकडे का कोणी आले आहे? का वाटेचा कोणी प्रवासी आहे? इतक्यात झोपडीच्या दारावर टकटक आवाज झाला. सोनी पटकन उठली. दाराजवळ गेली. तिने "कोण आहे" म्हणून विचारले.

"मी संपतराय." उत्तर आले.

सोनीने लगबगीने दार उघडले. दारात संपतराय व इंदुमती उभी! म्हातारा मनूबाबा उठला. सोनीने पटकन बैठक घातली. एक आरामखुर्ची होती व दुसरी एक खुर्ची होती. त्या दोन्ही खुर्च्या पुढे करण्यात आल्या.

"बसा." मनूबाबा आदराने म्हणाला.

"तुम्हीही बसा. बस सोन्ये." संपतराय प्रेमाने म्हणाले.

"सोन्ये, दार लाव बेटा." इंदुमती म्हणाली.

"आज हवेत गारठा आहे." म्हातारबाबा म्हणाले.

“तुमच्या झोपडीत तर अधिकच थंडी लागत असेल आणि भरपूर पांघरूणही नसेल. खरं ना सोन्ये?” संपतरायाने विचारले.

“आम्ही चुलीत विस्तव ठेवतो. त्यामुळे ऊब असते आणि बाबांचं प्रेम आहे ना. त्यांनी नुसता हात माझ्या पाठीवरून फिरविला तरी थंडी पळते. प्रेमाची ऊब ही खरी ऊब.” सोनी म्हणाली.
“आणि तुम्हीही मधूनमधून मदत करता. सोनीची चौकशी करता. मी तिच्यासाठी घेतलं आहे पांघरूण. तुम्ही किती उदार. खरोखरच तुमची श्रीमंती तुम्हांला शोभते. तुमची श्रीमंती म्हणजे जगाला शाप नसून जगाला आशीर्वाद आहे. वास्तविक सोनी कुठची कोण. एका अनाथ स्त्रीची अनाथ मुलगी. लोक तर अशांचा तिरस्कार करतात. परंतु तुम्ही त्या दिवशी स्वत: सोनीला आपल्या घरी बाळगण्यास तयार झाले होतेत. मला ती गोष्ट आठवते आहे. पंधरा-सोळा वर्षे झाली. त्या वेळेस मी सोनीला घट्ट धरून म्हटलं, ‘नाही. मी ती कोणाला देणार नाही. ती माझ्याकडे आली. माझी झाली.’ तुम्ही ‘बरं’ म्हटलंत. तत्काळ दहा रुपये मदत म्हणून दिलेत आणि नेहमी चौकशी करता. थोर आहात तुम्ही. सोनी तुम्ही नेली असतीत तर माझी काय दशा झाली असती? सोनीमुळे माझ्या जीवनात आनंद आला. माझा पुनर्जन्म झाला. ही पंधरा वर्षे किती सुखात गेली! ती पहिली पंधरा वर्षं व ही नंतरची पंधरा वर्षं; दोघांत किती फरक? सोनीनं मला कृतार्थ केलं.” मनूबाबा प्रेमाने सोनीच्या पाठीवरून हात फिरवून म्हणाले.

“सोनीनं तुम्हांला कृतार्थ केलं. आता आम्हांला कृतार्थ करू दे.” संपतराय म्हणाले.

“म्हणजे काय?” म्हातार्‍याने भीतभीत विचारले.

“मनूबाबा, आज इतक्या रात्री आम्ही दोघं तुमच्याकडे का आलो माहीत आहे? आहे काही कल्पना?”

“थंडी पडली आहे. सोनीला पांघरूण वगैरे आहे की नाही पाह्यला आले असाल. किंवा देण्यासाठी बरोबर एखादं लोकरीचं पांघरूण घेऊन आले असाल किंवा दुसरी काही मदत घेऊन आले असाल.” मनूबाबा म्हणाला.

“सोनीला माझं सारंच देण्यासाठी मी आलो आहे. पाच-दहा रुपयांची मदत किती दिवस पुरणार? एखादं पांघरूण किती पुरं पडणार! सोनीला नेण्यासाठी मी आलो आहे. सोनी आमच्याकडे येऊ दे. आमच्याकडे कायमची राहू दे. सुंदर कोवळी मुलगी. तिला गरिबीचा गारठा नको. रानांत फूल फुलतेच. परंतु बागेत अधिक चांगले फुलते. बागेतील फुलांच्या पाकळ्या मोठ्या टपोऱ्या दिसतात. त्याला सुवास अधिक येतो. तिला शिकू दे. मी पंतोजी ठेवीन. तो तिला शिकवील. तसंच भरतकाम वगैरे शिकवायला एक बाई ठेवीन. सोनी कुशल होऊ दे. हुशार होऊ दे. तिचा नीट विकास होऊ दे. मनूबाबा, तुम्ही नाही म्हणू नका. इतके दिवस सोनीचं तुम्ही केलंत, आता आम्हांला करू दे. इतके दिवस तुम्ही घरात मूल असल्याचा आनंद उपभोगलात. सोनीचे आईबाप झालात. आता आम्हांला होऊ दे तिचे आईबाप. आमच्याही घरात मूलबाळ नाही. सोनी आमची मुलगी होऊ दे. सुखात वाढू दे. पुढे तिचं लग्न करू. मोठ्या घराण्यात देऊ. अंगावर हिऱ्यामोत्यांचे दागिने पडतील. घरात गडीमाणसं कामाला असतील. फिरायला जायला घोड्याची गाडी असेल. फुलांच्या बागा असतील. फळांच्या बागा असतील. सोनी जशी राजाची राणी होईल. मनूबाबा, असे का खिन्न दिसता? मी सांगतो याचा तुम्हाला नाही आनंद होत? सोनी एखाद्या गरिबाच्या घरी पडावी असं का तुम्हाला वाटतं? तिचे हात काबाडकष्ट करून दमावेत असं का तुम्हांस वाटतं? सोनी सुखात नांदावी असं तुम्हांला नाही वाटत?” संपतराय थांबला.
“सोन्ये, तू सारं ऐकतच आहेस. मी तुझ्या सुखाच्या आड कशाला येऊ? तुला गरिबीचा वारा लागावा असं मी कसं म्हणू? माझ्या स्वार्थासाठी मी तुला कशाला दु:खी करू? मी एकटा राहीन. एकटा होतो. एकटा राहीन. माझ्यासाठी तुला नकोत त्रास, तुला नकोत कष्ट. जातेस त्यांच्याकडे? माझी आडकाठी नाही. असं नको कुणी म्हणायला, की म्हातारा मनूबाबा सोनीच्या सुखाच्या आड आला. माझी सोनी कुठेही असो परंतु सुखात राहो. माझं काय? मी पिकलं पान झालो. आता केव्हा गळून जाईल त्याचा नेम नाही. जे दोन दिवस जगून या जगात काढायचे असतील ते एकटा राहून काढीन. सोन्ये, काय आहे तुझा विचार? तुला आता सारं समजतं. तू मोठी झाली आहेस. तू काय ते त्यांना सांग. ते उदारपणे बोलवीत आहेत. जातेस?” मनूबाबांनी विचारले.

“मी नाही जात. तुम्हांला सोडून कुठं मी जाऊ? ही झोपडी म्हणजेच माझा राजवाडा. इथं माझी सारी सुखं आहेत. या झोपडीत साऱ्या गोड आठवणी. झोपडीत आहे ते राजवाड्यात नाही. मला कामाचा कंटाळा नाही. रामू काम

करतो. काम करणारा का कमी दर्जाचा? काम करतो तोच खरा मनुष्य. देवानं मला चांगले हातापाय दिले आहेत. ते का पुजून ठेवू? मला गडीमाणसं नकोत, दासदासी नकोत. सुंदर वस्त्र नकोत, दागदागिने नकोत. चार फुलं केसात घातली की पुरे. मला नको श्रीमंती. बाबा, तुमच्याजवळ मला राहू दे. तुम्ही माझं सारं सुख." सोनी म्हणाली.

"आणि आम्ही नाही का कुणी तुझी? सोन्ये, ऐक. हे मनूबाबा तुझे मानलेले बाबा आहेत. परंतु तुझे बाबा तुझ्या समोर आहेत. मी तुझा पिता. तुझा जन्मदाता. पंधरा वर्षांपूर्वी तू या झोपडीत आलीस त्या वेळेसच मी तुला नेत होतो. परंतु नेता आलं नाही. आज पंधरा वर्षांनंतर पुन्हा तुला न्यायला आलो आहे. तुझ्या पित्याकडे तू नाही येणार? जन्म दात्याचं नाही ऐकणार?" संपतराय भावनावश होऊन बोलत होते.

खोलीत गंभीर शांतता पसरली होती. सोनीच्या डोळ्यांत पाणी आले. तिने आपले डोळे पुसले. आता ते डोळे निराळे दिसू लागले. त्या डोळ्यांत कठोरता आली. एक प्रकारचे सात्त्विक अशा संतापाचे तेज आले. तिने आपला ओठ थोडा चावला. ती जरा क्रुद्ध दिसू लागली. परंतु अद्याप वाणी बाहेर पडत नव्हती. संमिश्र भावनांचा सागर उसळला होता. इतक्यात इंदुमती शांतपणे म्हणाली, "सोन्ये, तू ऐक. पित्याचं ऐक. पित्याला सुख देण्यासाठी चल. आज इतकी वर्षं त्यांचा जीव कसा गुदमरला असेल ते ध्यानात आण. किती मानसिक दु:ख, मानसिक यातना त्यांनी भोगल्या असतील? तू त्यांची असून त्यांच्यापासून दूर होतीस. त्यांची सारी संपत्ती तुझी असून तुला फार तर मधूनमधून ते मदत देत. त्या वेळेस त्यांच्या मनाला किती दु:ख होत असेल! आपण सुखात आहोत, चांगले खातपीत आहोत, गाडीघोड्यांतून हिंडत आहोत, परंतु आपली मुलगी तिकडे गरिबीत आहे या विचाराने तुझ्या पित्याला काय वाटत असेल? झालं ते झालं. आता तरी तुझ्या पित्याकडे ये. त्यांच्या मनाला शांति-समाधान दे. मलाही तुझी आई होऊ दे. मला मूल ना बाळ. तू आमची, आता खरोखरची आमची हो. नाही म्हणू नको. आमचं मोठे घर तू आनंदानं भर. गाणे गायला शीक. पेटी वाजवायला शीक. एवढे मोठे घर, परंतु मुलाशिवाय ते ओस दिसते. तू ये, म्हणजे घरात प्रकाश येईल, संगीत येईल, एक प्रकारची मधुरता पसरेल. आमचा संसार सुखाचा व गोड होईल. सोन्ये, नाही म्हणू नको. आमचं ऐक. तुझ्या पित्याचं ऐक. जगात आईबाप म्हणजे थोर दैवतं. तुझा आई गेली. परंतु सुदैवाने पिता आहे. तो पिता तुझ्यासमोर बसला आहे. इतक्या वर्षांनी आपला पिता आपल्याला

भेटला याचा तुला आनंद नाही होत? तुझं हृदय उचंबळत नाही? जगात पित्याचं नाही ऐकायचं तर कोणाचं ऐकायचं! मनूबाबांची तुझ्यावर सत्ता आहे, परंतु जन्मदात्या पित्याची अधिक आहे.”

सोनी एकदम उसळून म्हणाली, “जन्मदात्यापेक्षा या प्राणदात्याची अधिक आहे. जन्मदात्याने जन्म दिला व जगात उघडे ठेवले. माझ्या आईला जगात उघडे ठेवले. मनूबाबांनी माझे सारं केलं. त्यांनी आज पंधरा वर्षं मला वाढविलं. लहानाचं मोठं केलं. मला जरा बरं वाटेनासं झालं तर मनूबाबा कावरेबावरे होत. मी त्यांच्या अंगाखांद्यावर मुतले असेन, हगले असेन. त्यांनी ते सारं सहन केलं. त्यांनी माझी परकरपोलकी धुवावी, मला आवडणारी भाजी करावी. त्यांनी मला शिकवावं, गोष्टी सांगाव्या. त्यांनी माझं काय केलं नाही? माझ्या शरीराची, मनाची, बुद्धीची, हृदयाची वाढ त्यांनी केली. माझ्या जीवनाची बाग त्यांनी फुलविली. त्यांना का आता सोडू? रोपटं लहान असतं, तेव्हाच उपटून दुसरीकडे लावलं तर ते जगतं. परंतु जून झालेलं झाड उपटून दुसरीकडे लावलं तर ते मरेल. मी लहान होते, अनाथाप्रमाणं हात पसरीत या गावात आले, या गावात रांगत आले, त्या वेळेसच तुम्ही मला का नेलं नाही? तुम्ही नेत होते परंतु एका अनाथाची मुलगी म्हणून नेत होतेत. ‘ही माझी मुलगी आहे, आणि ही मरून पडलेली माझी पत्नी आहे’ असं त्या वेळेस जगाला का सांगितलंत नाही? ही माझी मुलगी आहे असं म्हणतेत तर मनूबाबांनी हट्ट धरला नसता. परंतु तसं म्हणण्याचं तुम्हांला धैर्य झालं नाही. ज्या मुलीला जन्म दिला, ती माझी मुलगी असं जगाला सांगण्याची तुम्हांला लाज वाटली. का वाटली लाज? माझ्या आईला पत्नी म्हणून इथं का आणलंत नाही? त्या तुमच्या मोठ्या वाड्यात का आणलं नाहीत तिला. तिला आणतेत तर मी तुमच्या मांडीवर खेळल्ये असते. आणखीही सुंदर भावंड मला मिळाली असती. तुमचं घर गोकुळासारखं भरलेलं दिसलं असतं. परंतु तुम्ही माझ्या आईला फसवलतं. तिचं रुप पाहून भुललेत. परंतु ‘ही माझी पत्नी’ म्हणून जगाला सांगायला लाजलेत. तुम्ही खानदानी घराण्यातील. माझी आई गरिबाची. मोलमजुरी करणाऱ्या कुळातील. म्हणून तुम्हांला लाज वाटली. प्रेमापेक्षा कुळाची व धनाची खोटी प्रतिष्ठा तुम्हांला अधिक मोलाची वाटली. काय करायची ती श्रीमंती? चुलीत घाला ती श्रीमंती. जी श्रीमंती माणुसकी ओळखीत नाही, प्रेमाला ओळखीत नाही, कर्तव्य ओळखीत नाही, ती श्रीमंती पै किंमतीची आहे. त्या श्रीमंतीची मी कशाला वाटेकरीण होऊ? मीही मग पैशाला मोठं मानायला शिकेन व माणुसकी पायांखाली तुडवीन. मी मग रामूबरोबर लग्न करायला होईन का तयार?”

“रामूबरोबर लग्न? त्या सखारामाच्या मुलाशी?” संपतरायाने आश्चर्याने विचारले.

“हो रामूबरोबर. तो गरीब आहे. त्याचा बाप गरीब आहे. परंतु त्यांची मनं फार श्रीमंत आहेत. त्या रामूबरोबर मी लग्न लावणार आहे. तुम्ही द्याल का त्या गोष्टीला संमती? तुम्हांला मोठं घराणं हवं. मोठं तेवढं खोटं. मी काय नुसती मोठी घरं पाहू? मोठे मोठे खांब व तुळ्या पाहू? का अंगाखाद्यावरचे नुसते दागिने कुरवाळीत बसू? मनूबाबा नसत का पूर्वी मोहरा मोजीत बसत, मोहरा पोटाशी धरून नाचत? परंतु त्यात होतं का त्यांना समाधान? समाधान माणुसकीत आहे, निर्मळ प्रेमात आहे. खोटे अहंकार, धनाचे व कुळाचे गर्व, ते काय कामाचे? श्रीमंतांचे रक्त का निराळं असतं? श्रीमंत मेले म्हणजे त्यांच्या शरीराची कस्तुरी होते आणि गरिब मेले म्हणजे त्यांच्या देहाची केवळ माती होते असं का काही आहे? सारे मातीचेच पुतळे. किंमत असेल तर ती फक्त या मातीच्या मडक्यात असणाऱ्या मोठ्या मनाची, प्रेमळ हृदयाची, उदार विचारांची. मला तुमची श्रीमंती नको.
मला इथं या झोपडीत सारं सुख आहे. या झोपडीतील उपासमारही तुमच्या श्रीमंतीतील मेजवान्यांपेक्षा गोड आहे. या झोपडीतील अणुरेणू प्रेममय आहे, कर्तव्यमय आहे. हा माझा स्वर्ग सोडून कुठं येऊं मी? इथेच मी राहीन. माझ्या मनुबाबांजवळ राहीन. तेच माझे खरे आईबाप. त्यांचाच माझ्यावर अधिकार. त्यांचीच माझ्यावर सारी सत्ता. त्यांना का म्हतारपणी सोडूं? मी का कृतघ्न होऊं! उद्या त्यांना काय वाटेल? मी गेल्ये तर त्यांना ही झोपडी खायला येईल. जर मी डोळ्याआड झाल्ये, तर भिरिभिरी हिंडतात व मला शोधतात. त्यांना काय वाटेल? त्यांना म्हातारपणी का रडवूं? त्याचे उरलेले थोडे दिवस, ते का दुःखात दवडायला लावू! आताच तर माझी त्यांना जरूरी, मीही आता मोठी झाल्ये आहे. आता मी स्वयंपाक करीन, त्यांना आवडतील ते पदार्थ करीन. आता मी केर काढीन, भांडी घाशीन, त्यांचे कपडे धुवीन. त्यांना कढत पाणी आंघोळीला देईन. आता मी यांचे अंथरूण घालीन. त्यांचे भक्तिप्रेमाने पाय चेपीन. एखादं चागलं पुस्तक रात्री त्यांना वाचून दाखवीन. त्यांचा हात धरून त्यांना फिरायला नेईन, त्यांना दोन सुवासिक फुले तोडून देईन. माझ्या बाबांचे उरलेले आयुष्य सुखात जावो. इथंच मी राहीन. माझ्या बाबांजवळ राहीन. कुठंसुद्धा जाणार नाही त्यांना सोडून.” असे म्हणून सोनीने मनूबाबांच्या गळ्याला मिठी मारली. म्हातार्‍याच्या डोळ्यांतून धारा लागल्या होत्या.

"सोन्ये, तुझं म्हणणं खरं आहे. राहा हो. इथंच राहा. तुझ्या पित्याला क्षमा कर. त्यांच्याविषयी फार कठोर भाव मनात नको बाळगू. आपण सारी मर्त्य माणसं. पदेपदी चुकणारी व घसरणारी. असो. सुखी राहा. कुठंही अस, पण सुखी राहा. आम्ही मधूनमधून काही पाठविले तर घेत जा. आम्हांला अगदी परकं नके समजू. हृदयात थोडीशी जागा तुझ्या पित्यासाठी ठेव. मनूबाबा, तुमचं उरलेलं आयुष्य सुखात जावो. राग नका धरू तुम्ही कुणी. क्षमा करा. येतो आम्ही. चला, उठा." इंदुमती पतीचा हात धरून म्हणाली.

संपतराय उठला. पत्नीने त्याचा हात धरला होता. तिने दाराची कडी काढली. बाहेर गाडीत गाडीवान झोपी गेला होता. परंतु तो एकदम दाराचा आवाज ऐकून जागा झाला. त्याला लाज वाटली. तो एकदम उठून उभा राहिला. धनी व धनीण गाडीत बसली. मनूबाबा व सोनी दारात उभी होती. गाडी निघाली. चाबूक वाजला. घोड्यांचा टाप टाप आवाज रात्रीच्या शांत वेळी घुमत होता. "फिरून आल्या श्रीमंताच्या स्वाऱ्या!" जागे असणारे म्हणाले. टापटाप आवाज आता दूर गेला. ऐकू येईनासा झाला. मनूबाबा व सोनी दोघे घरात आली. त्यांना दार लावले. सोनीने म्हाताऱ्याच्या गळ्याला एकदम मिठी मारली. तिला अश्रू आवरत ना. आणि म्हाताऱ्या मनूबाबांनाही पुन्हा जोराचा हुंदका आला. हळूहळू भावना ओसरल्या. बोलायला अवसर झाला.

"बाबा, तुम्हांला मी कधीही सोडणार नाही."

"होय हो बाळ. तू गुणाची आहेस."

सोनीचे लग्न

मनूबाबांच्या झोपडीजवळ बाग तयार झाली. बागेला दगडांचे सुंदर कुसू घालण्यात आले होते. बागेत विहीर खणण्यात आली. तिला पाणीही भरपूर लागले. बागेची नीट आखणी करण्यात आली. फुलझाडे लावण्यात आली. लवकर फुलणाऱ्या फुलझाडांचे ताटवे शोभू लागले. लतामंडपही करण्यात आले. त्यांच्याजवळ वेल सोडण्यात आले. बागेच्या मध्यभागी ती पवित्र जागा होती. तिच्याभोवती फुलझाडे लावण्यात आली होती. मध्ये ती हिरवी जागा शोभे. हळूहळू बागेला रंग येत होता.

रामूला ज्या वेळी इतर ठिकाणी काम नसे, त्या वेळेस तो बागेत काम करी. कधी कधी तो पहाटे उठे व बागेत येई. तेथे तासभर खपून मग दुसऱ्यांच्या कामावर जाई. एके दिवशी सोनी बाहेर झुंजूमुंजू आहे तोच बागेत आली. तेथे येऊन पाहते, तो रामू फुलझाडांना पाणी घालीत आहे!

“रामू, तू केव्हा आलास?”

“तुझ्या आधी आलो, सोनीची बाग सुंदर झाली पाहिजे.”

“ही बाग का फक्त सोनीची? ती रामूची नाही का?”

“दोघांची आहे.”

“रामू, माझ्यासाठी तू दमतोस. माझे मनोरथ पुरावे म्हणून सारखी खटपट करतोस. दिवसभर इतर ठिकाणी काम करून पुन्हा बागेत काम करायला येतोस.”

“इतर ठिकाणचा थकवा इथं मी विसरून जातो. इथं माझा सारा आराम, इथं माझा विसावा. येथील कामानं मी दमत नाही, उलट अधिक उत्साह येतो.”

“रामू, त्या जागेजवळ येतोस?”

“चल.”

दोघे त्या मध्यवर्ती जागेजवळ आली. सोनी हात जोडून उभी राहिली. रामूनेही हात जोडले. कोणी बोलले नाही. थोड्या वेळेने सोनी म्हणाली, "चला आता जाऊ."

"येथे लवकरच सुंदर फुलांचे ताटवे दिसतील आणि मी मुद्दाम रंगारंगाची फुले या हिरव्या गवतातून लावमार आहे. पाहाताच डोळे सुखावतील." रामू म्हणाला.

"तुला आज कामावर नाही जायचं?"

"जायचं तर आहे."

"मग आमच्याकडे भाकर खाऊन जा. मी ताजी करून देत्ये. येतोस?"

"आता तुझ्या हातची भाकर नेहमी खायची आहे."

"परंतु नेहमी खाण्याला मिळण्यापूर्वी मधूनमधून खाऊन बघ. कशी लागते बघ. माझी परीक्षा घे."

"परीक्षा कधीच घेतली आहे. परीक्षेत पास आहेस."

"कितवा नंबर?"

"पहिला."

"आणखी कोणाची परीक्षा घेतलीस?"

"कोणाची नाही. सोन्ये, तू चावट आहेस. चल लवकर."

सोनी व रामू घरी आली. मनूबाबा चूल पेटवून शेकत बसले होते.

"इतक्या थंडीत सोन्ये तू कशाला उठतेस?" त्यांनी विचारले.

"आम्हांला नाही थंडीबिंडी." ती हसत म्हणाली.

“बागेत गेली होतीस. होय ग?”
“हो. आणि आता रामूला भाकर करून देत्ये. तो ताजीताजी भाकर खाईल व कामाला जाईल. बाबा, तुम्ही जरा दूर होता? चुलीवर तवा टाकते.”

मनूबाबा दूर झाले. सोनीने पीठ घेतले. तव्यावर भाकर पडली. दुसऱ्या भाकरीला थोडे पीठ हवे होते.

“रामू, थोडे पीठ घालतोस त्यातले?”

“हो.”

त्याने पीठ घातले. परंतु एकदम अधिक पडले.

“हे पाहा! इतकं कशाला? चार भाकऱ्या होतील. फार भूक लागली वाटतं?” हसून सोनीन विचारले.

“मी एकटाच भाकर खाऊ? माझ्याबरोबर तूही खा. दोघांसाठी पीठ. तू एकट्या रामूची काळजी घेतेस. परंतु रामू दोघांची घेतो. खरे ना?” तो हसून म्हणाला.

“बाबा, तुम्हीही थोडी कढत कढत खाल भाकर आमच्याबरोबर? तव्यावर पिठलं करीन. आपण खाऊ.” सोनीने विचारले.

“खाईन तुमच्याबरोबर. उजाडत खाण्याची मला म्हाताऱ्याला लाज वाटते. परंतु सोनीबरोबर खाण्यात गंमत आहे.” मनूबाबा म्हणाले.

भाकऱ्या झाल्या. तिघे खायला बसली. इतक्यात रामूची आई साळूबाई आली.

“हे काय रे रामू? कामावर नाही का जायचं? इथं काय खात बसलास? घरी भाकर केली आहे ना!” ती म्हणाली.

“इथं खाल्लंन म्हणून काय झालं?” मनूबाबा म्हणाले.

"तुम्ही परके नाही मनूबाबा. परंतु घरी सांगायला नको का? आपली वाट बघत्ये केव्हाची. आणि सोन्ये, इतक्या उजाडत उठून कशाला ग भाकऱ्या करीत बसलीस?" साळूबाईने प्रेमाने विचारले.

"रामूबरोबर भातुकली करण्यासाठी! त्याला दिवसभर असते काम. माझ्याबरोबर भातुकली खेळायला त्याला वेळ कुठं आहे? म्हणून आज सकाळीसच करू म्हटलं." सोनी हसून म्हणाली.

"भातुकली खेळायला तुम्ही का आता लहान?" तिने विचारले.

"मग का आम्ही मोठी झालो?" सोनीने विचारले.

"नाही वाटतं? आता लग्न हवं करायला तुझं. समजलीस ग सोन्ये. लहान नाहीस हो आता. उद्या सासूकडे गेलीस म्हणजे स्वत:ला लहान समजशील व झोपून राहशील. सासू मग बोलेल, रागावेल." साळूबाई म्हणाली.

"मारणार नाही ना?" हसून सोनीने विचारले.

"मारील सुद्धा. काही काही सास्वा खाष्ट असतात हो सोन्ये. तयार रहा. लाड नाही मग तिथं चालयचे!" रामू म्हणाला.

"पण मी अशी सासू मिळवीन, जी माझी जणू आई होईल. मी थंडीत लवकर जायला लागले तर जी म्हणेल, की नीज हो जरा आणखी, लहान आहेस तू." सोनी म्हणाली.

"अशी सासू मिळायला पुण्याई लागते." रामू म्हणाला.

"आहेच माझी पुण्याई. आणि माझी पुण्याई नसली तरी मनूबाबांची आहे. माझ्या आईचा आशीर्वादही माझ्याजवळ असेल. नाही का हो बाबा?" सदगदित होऊन सोनीने विचारले.

"आहे हो तुझ्या आईचा आशीर्वाद." म्हातारा म्हणाला.

"रामू, जा आता कामावर वेळ झाली." साळूबाई म्हणाली.

रामू निघाला. सोनी त्याला दारापर्यंत पोचवायला गेली. रामू मागे वळून पाहात होता. सोनी तेथेच उभी होती. रामू वळला, दिसेनासा झाला. तरी सोनी तेथेच उभी होती.

घरात साळूबाई व मनूबाबा दोघे होती. साळूबाई जायला निघाली, परंतु म्हाताऱ्याने तिला थांबविले.

"साळूबाई. जरा थांबा. थोडं बोलू आपण." तो म्हणाला.

"घरी चुलीवर दूध आहे. उतास जाईल." ती म्हणाली.

"सोनीला पाठवू. ती दूध उतरून ठेवील." म्हातारा म्हणाला.

"बरे तर. सोने, अग सोन्ये!" तिने हाक मारली.

"काय रामूच्या आई?" सोनीने येऊन विचारले.

"आमच्या घरी जा व तेवढं चुलीवरचं दूध तापलं म्हणजे उतरून ठेव. झाकून ठेव. भाकऱ्याही झाकल्या नसतील तर झाकून ठेव. मी लवकरच येत्ये म्हणून सांग. त्यांना थोडा चहा हवा असला तरी करून दे. अलीकडे त्यांना जरा दमा लागतो. तुला येतो की नाही करता?" साळूबाईने विचारले.

"हो. देईन करून. जाऊ मी? जाते हं बाबा." असे म्हणून ती गेली. आता ती दोघेच तेथे होती. मोकळेपणाने बोलता आले असते.

"काय बोलणार आहात मनूबाबा?" साळूबाईने विचारिले.

"सोनी आता मोठी झाली. तिचं लग्न नको का करायला?"

"हवं करायला. मी कधीच तुम्हाला म्हणणार होत्ये, पण म्हटलं की तुम्हांला वाईट वाटेल. सोनी सासरी गेली की तुम्ही एकटे राहाल. सोनीच्या दूर जाण्याचा विचारही तुम्हाला सहन होणार नाही. परंतु आता हवं हो करायला लग्न. सारं रीतीनं वेळीच झालं पाहिजे. नाही का?"

"हो. अलीकडे हाच विचार माझ्या मनात येत असतो. परंतु मी म्हातारा. कुठं जाऊ नवरा शोधायला? तुम्ही सांगता का एखादं स्थळ? तुमच्या आहे का माहितीत एखादा मुलगा."

"तसा डोळ्यांसमोर नाही. आणि सोनीला चांगलंसं स्थळ पाहायला हवं. तिला गरिबाघरी थोडीच द्यायची आहे? तुमच्या मोहराही परत मिळाल्या आहेत. आता तुम्ही गरीब नाही. खर्च करू शकाल. सोनी सुस्थळी पडो. चार दागिने अंगावर पडोत. परंतु अशी स्थळं आम्हांला कुठं माहीत असणार? आम्ही गरीब माणसं, खरं ना मनूबाबा?" ती म्हणाली.

"हे पाहा साळूबाई, नवरा मुलगा चांगला असला म्हणजे झालं. माणसं चांगली असली म्हणजे झालं. गरीब का असेना घराणं. माणसं श्रीमंत मनाची हवीत. सोनीला मी प्रेमाने वाढविलं. जरा लडिवाळपणानं बोलते सवरते. तिचे कौतुक करणारी माणसं मिळाली म्हणजे झालं. पैसे काय चाटायचे आहेत? आणि सोनीला नाही हो दागदागिन्यांचा सोस. दोन फुले केसात घालायला असली म्हणजे झालं असं म्हणते. आहे का असं स्थळ माहीत? गरीब असलं तरी चालेल."

"सांगेन, लक्षात ठेवीन."

"आता नाही सांगता येणार?"

"आता एकदम कसं कोणतं सांगू, मनूबाबा?"

"डोळ्यांसमोर असेल ते सांगा."

"तसं कसं सांगू?"

"साळूबाई, मीच तुम्हांला एक विचारू?"

"विचारा ना बाबा."

"तुम्हीच माझ्या सोनीला सून करून घेता का? तुमच्या रामूला सोनी द्यावी असे माझ्या मनात आहे. परंतु एकदम विचारायला धैर्य झालं नाही. विचारीन विचारीन म्हणत होतो. परंतु आज केलं धाडस. बघा. सांगा काय ते."

"काही तरीच बोलता तुम्ही."
"काही तरी नाही. खऱ्या अर्थानं विचारीत आहे. मी एकाच गोष्टीला भितो. ती म्हणजे सोनी कोणाची कोण हे तुमच्या मनात येईल की काय? सोनी एका अनाथ स्त्रीची मुलगी, तिच्या आईबापांची माहिती नाही. असं तुमच्या मनात येईल का असं मला वाटे आणि म्हणून तुम्हाला विचारायला धजत नव्हतो. साळूबाई, तुमच्या मनात असं काही येणार नाही असं मला वाटतं. तुमचं मन मोठं आहे. तुमचं हृदय प्रेमळ आहे. तसं नसतं तर तुम्ही सोनीला कधी हात लावला नसता. तिचे केस विंचरले नसतेत, तिला न्हाऊमाखू घातलंत नसतं. तिला जेवायला बोलावलंत नसतं. आताच तुम्ही तिला तुमच्या घरी पाठवलंत. दूध उतर, भाकऱ्या झाक, चहा कर वगैरे सांगितलेत. तुम्ही सोनीला हीन समजत नसाल. परंतु साळूबाई, हे सारं करणं-सवरणं निराळं आणि प्रत्यक्ष उद्या सून म्हणून पत्करणं निराळं. कारण जग एखादे वेळेस नावं ठेवील. आप्तेष्ट नावं ठेवतील. सारं पाहावं लागतं. परंतु तुम्ही असल्या गोष्टींना महत्त्व देणार नाही असं मला वाटतं. सांगा, तुम्ही काय ते सांगा. रामू व सोनी यांचा जोडा अनुरूप आहे. त्यांचं परस्परांवर प्रेम आहे. त्यांचा संसार सुखाचा होईल आणि तुमच्यासारखी सासू मिळणं म्हणजे खरोखरच पुण्याई हवी. बोला. या म्हाताऱ्याचं स्वप्न खरं करा. माझ्या मनात किती तरी दिवस खेळवलेले हे मनोरथ पुरे करा. तुमच्या हातात सारं आहे. रामूचे वडील केव्हाच तयार होतील. तुम्ही तयार झाल्यात म्हणजे सारं होईल. सांगा साळूबाई."

"मनूबाबा, सोनीच्या जातकुळीचा प्रश्न माझ्या डोळ्यांसमोर कधीही आला नाही. जसा माझा रामू तशी ती. खरं सांगू का, माझ्यासुद्धा मनात किती तरी वर्षे हे स्वप्न आहे. पुढंमागं सोनीला सून करून घेऊ असं मी मनात म्हणे. त्या दोघांचं परस्परांवर प्रेम आहे हीही गोष्ट खरी. ती दोघं लहानपणी भातुकली खेळत. त्यांचा खेळ मी बघे व मनात म्हणे, आज लटोपटीचा संसार करीत आहेत. ती त्याला लटोपटीची भाकर वाढत आहे. परंतु सोनी एक दिवस रामूचा संसार करू लागेल व त्याला खरोखरीची भाकरी वाढील. मघा इथं मी आल्ये. सोनी रामूला वाढीत होती. ते पाहून माझ्या मनात किती कल्पना आल्या. मला जरा गहिवरून आलं होतं. जणू दोघांचं देवानं लग्नच लावलं

असं वाटलं. परंतु मनाला मी आवरलं. मनूबाबा, मीच तुमच्याजवळ सोनीसाठी मागणी घालणार होत्ये. परंतु ज्या दिवशी तुमच्या मोहरांच्या पिशव्या परत मिळाल्या, त्या दिवशी मला एक प्रकारचं जरा वाईट वाटलं. म्हटलं, की मनूबाबा आता श्रीमंत झाले. सोनीचं लग्न आता थाटानं होईल. तिला मोठ्या घरी देतील. आता आपण कशी सोनीला मागणी घालायची? आपण गरीब. आपणास दागदागिने अंगावर घालता येणार नाहीत. उंची तलम लुगडी घेता येणार नाहीत. आमच्याकडे जाडेभरडे कपडे, भाजीभाकर खायला, गडीमाणसं तर कामाला मिळायची नाहीतच, उलट स्वत: गडीमाणसांप्रमाणं राबावं लागेल. कशी घालावी सोनीला मागणी? मी स्वत:वर रागावल्ये. आपल्या रामूला चांगली बायको मिळावी हा माझा स्वर्थ. सोनी सुस्थळी पडू दे. तिचे हात कशाला कामात राबायला हवेत? तिचे हात का आमच्या हातांसारखे राठ करायचे? तिनं का भांडी खरकटी करावी, धुणी धुवावी, घरं सारवावी? मनूबाबांना पैसे मिळाले. चांगलं झालं. सोनीचं नशीब थोर. त्याचा आनंद वाटण्याऐवजी मला जरा वाईट वाटलं. माझी मला लाज वाटली. पुन्हा असा स्वार्थी विचार मनात येऊ द्यायचा नाही, असं ठरविलं. मनूबाबा, खरोखरच का सोनी रामूला देऊ म्हणता?"
"खरोखर. सोनीच्या आईची शपथ. लग्नासारख्या पवित्र व मंगल गोष्टी. त्यांची का मी थट्टा करीन? मग ठरलं ना?"

"तुमची इच्छा असंल तर ठरलं. माझी ना नाही. माझ्या रामूचं भाग्य. माझीही पूर्वपुण्याई म्हणून अशी सून मला मिळत आहे."

"मग साखर घ्या व गोड तोंड करून जा."

"कुठं आहे साखर?"

"कशाला साखर?" सोनीने एकदम येऊन विचारले.

"तू आलीस वाटतं? रामूच्या आईचं तोंड गोड कर." मनूबाबा म्हणाले.

"कडू कशानं झालं? ही घ्या साखर." सोनीने साखर दिली.

"तू पण खा. मनूबाबांना दे."

"ही कशाची साखर?"

"ते तुला मागून कळेल. आता मी जात्ये."

साळूबाई निघून गेल्या. मनूबाबांनी सोनीला सारी हकिगत सांगितली. सोनी आनंदली, नाचली. तिचे तोंड फुलले. तिचे डोळे किती सुंदर दिसत होते!

तिन्हीसांजा झाल्या. रामू कामावरून आज घरी आला नाही. सोनी त्याच्याकडे गेली होती. परंतु रामू न दिसल्यामुळे ती हिरमुसली झाली. कोठे गेला रामू? बागेत तर नसेल गेला? परंतु घरी येऊन मग जातो. मलाही हाक मारून जातो. परंतु आज का एकटाच गेला? एकटाच फुले फुलविण्यासाठी गेला? सोनीही निघाली. ती बागेत आली. रामू पाणी घालीत होता. सोनी त्याला मदत करू लागली. पाणी घालून झाले. सोनीने काही फुले वेचून घेतली.

"चल रामू, आईच्या जागी जाऊ."

"चल."

दोघे त्या पवित्र, प्रशान्त स्थानी जाऊन बसली. स्तब्धता होती. मंद वारा वाहात होता. झाडे माना डोलवीत होती. तिकडे आकाशात अनंत रंग पसरलं होते.

"रामू, तू आज असा का?"

"मग कसा असू?"

"आनंदी अस, तू हस व मला हसव."

"सोने, ही बाग आपण फुलवली."

"किती छान दिसते नाही?"

"परंतु रामूच्या जीवनाची बाग कधी फुलणार? किती दिवस वाट बघायची?"

“रामू!”

“काय?”

“सांगू? तुझं माझं लग्न ठरलं! आज तुझी आई व माझे बाबा यांनी निश्चित केलं. सकाळी माझा साखरपुडा झाला. ही बघ तुलाही साखर आणली आहे. तुला देण्यासाठी घरी गेल्ये होत्ये. परंतु तू इकडे आलास. ही घे साखर व तोंड गोड कर. आता लवकरच बागा फुलतील. रुसू नको. रागावू नको. घे ना.”

“माझ्या तोंडात घाल.”

“बरं.”

सोनीने रामूच्या तोंडात साखर घातली. दोघांना अपार आनंद होत होता. सोनीचा हात त्याच्या हातात होता. कोणी बोलेना.

“रामू, आपण आईची पूजा करू.”

ये करू.”
दोघांनी ती फुले त्या पवित्र स्थळी वाहिली. दोघांनी प्रणाम केले.

“आई, आम्हांला आशीर्वाद दे. आमचे प्रेम अभंग राहो.” सोनी म्हणाली.

दोघे निघाली. रामूने एक फूल तोडून घेतले व सोनीच्या केसांत घातले. तिने एक तोडून घेतले व त्याच्या कानावर ठेवले. परस्परांनी परस्परांस फुले दिली. जणू निर्मळ व प्रेमळ अशी स्वत:ची हृदये, स्वत:ची जीवनेच त्यांनी एकमेकांस अर्पिली.

सोनी व रामू यांचे लग्न ठरले. साऱ्या रायगावात वार्ता पसरली. ‘रामूचं नशीब थोर’ असे सर्व जण म्हणू लागली. संपतराय व इंदुमती यांच्याही कानी वार्ता गेसी. ती दोघे पुन्हा एकदा मनूबाबांकडे गेली. सोनीने त्यांचे स्वागत केले.

“सोन्ये, तुझं लग्न ठरलं ना?” इंदुमतीने विचारले.

"हो. रामूशी ठरविलं." मनूबाबांनी सांगितले.

"सोन्ये, इतकी लाजतेस काय? ये. माझ्याजवळ ये." संपतराय म्हणाले. सोनी संपतरायांजवळ गेली. त्यांनी तिच्या पाठीवरून, केसांवरून हात फिरविला.

"मनूबाबा, आता माझी एक तरी प्रार्थना तुम्ही ऐकली पाहिजे. या लग्नाचा दोहोंकडचा खर्च मी करीन. हे लग्न मी लावीन. एवढी तरी या निराश पितृहृदयाची इच्छा तुम्ही नाही का पुरविणार? सोन्ये, नाही म्हणू नको. कठोर होऊ नको." संपतराय सकंप आवाजात म्हणाले.

"जशी तुमची इच्छा." मनूबाबा म्हणाले.

"परंतु सोनीचं काय म्हणणे आहे?" संपतरायांनी विचारले.

"माझा विरोध नाही. मी तुमचं हृदय जाणते, दु:ख समजते. मनूबाबा माझे आणि तुम्हीही माझे." सोनी म्हणाली.

संपतराय व इंदुमती आनंदून गेली. मुहूर्त ठरला. मोठ्या थाटाने लग्न झाले. साऱ्या गावाला पुरणपोळीचे जेवण मिळाले. सारे धन्यवाद व आशीर्वाद देते झाले. सोनी व रामू संपतराय व इंदुमती यांच्या पाया पडली. दोघांनी आशीर्वाद दिले. मनूबाबांनीही दोघांना पोटाशी धरले व आशीर्वाद दिले. साळूबाई व सखाराम यांनीही वधूवरांस आशीर्वाद दिले.

जन्मभूमीचे दर्शन

सोनी व रामू यांचा नवा संसार सुरू झाला. मनूबाबा आता काम करीत नसत. मागाचे खटक खटक आता बंद झाले. त्यांच्या जीवनाचे वस्त्रही आता बहुतेक पुरे होत आले होते.

एके दिवशी सायंकाळी सोनी व मनूबाबा फिरायला गेली होती. मनूबाबा एका शिलाखंडावर बसले होते. त्यांच्या पायांशी सोनी होती.

"बाबा, सूर्य मावळला. आता लवकर अंधार पडेल."

"माझाही जीवनसूर्य आता लवकरच मावळेल."

"का असं म्हणता बाबा? आम्हांला कंटाळलेत?"

"नाही बेटा. परंतु एक दिवस बोलावणं येईलच. माझ्या झोपडीतील माग बंद झाला. जीवनाचाही माग आता बंद होईल. तुम्ही सुखानं नांदा. सोन्ये, अलीकडे माझ्या मनात एक तीव्र इच्छा उत्पन्न झाली आहे."

"कोणती बाबा? आम्ही ती पुरी करू."

"इच्छा एवढीच की, जन्मभूमी पुन्हा एकदा पाहून यावं. सोन्ये, तीस-पस्तीस वर्षं झाली. माझी जन्मभूमी सोडून मी या रायगावी आलो. मी आलो त्या वेळेस जीवनात अंधार होता. जगात न्याय नाही, सत्य नाही, प्रेम नाही, स्नेह नाही, देव नाही, धर्म नाही असं मला वाटू लागलं होतं. मी माझी जन्मभूमी सोडली. तिचा विचारही कित्येक वर्ष माझ्या मनात आला नाही. परंतु तू सारं मला पुरतं दिलंस, तू माझ्या जीवनात पुन्हा प्रकाश आणलास, श्रद्धा आणलीस. माझ्या जन्मभूमीचा निराशेच्या भरात मी त्याग केला. आज जीवनात आशा आहे. तर ती जन्मभूमी मला पुन्हा पाहून येऊ दे. येऊ का जाऊन?"

"बाबा, कशी आहे तुमची जन्मभूमी?"

"सुंदर आहे. सायगाव माझ्या जन्मभूमीचं नाव. गावाभोवती सदैव वाहाणारी बहुळा नदी आहे. किती निर्मळ व गोड तिचं पाणी. आमच्या गावात

भांडणतंटा होत नसे. द्वेषमत्सर नसत. कोर्टकचेरीत कधी कोणी गेलं नाही. 'हा अपराध करणारा, हा पाप करणारा,' एवढंच देवळात जमून सर्व जण मिळून पुरावा पाहून ठरवीत. दुसरी शिक्षा नसे. 'पाप करणाऱ्याचं मन त्याला खातच असतं. निराळी शिक्षा कशाला?' असं माझा गावा म्हणे. पाहून येईन तो गाव पुन्हा. किती विस्तृत मैदानं, कशी आंबराई, कशी स्वच्छ सुंदर घरं! येऊ का जाऊन? देवाकडे जाण्यापूर्वी एकदा पाहून येईन, मातृभूमी पाहून येईन."

"तुम्ही का एकटेच जाणार?"

"एकट्याला जाऊ दे. माझ्या भावना, माझ्या स्मृती, तुम्हांला त्यात मजा वाटणार नाही. खरं ना?"

"मग या जाऊन. परंतु पायी जाऊ नका. तुम्हा आता वृद्ध झाला आहात. गाडी घोडा करून जा. तुम्ही आम्हांला पुष्कळ दिवस हवेत."

मनूबाबा पुन्हा आपल्या सायगावात आले. परंतु सायगाव पूर्वीचा राहिला नव्हता. कोठे आहे ती आंबराई? कोठे आहेत ती विस्तृत मैदाने? आता जिकडे तिकडे धुराच्या चिमण्या दिसत होत्या. सायगाव उद्योगधंद्याने गजबजलेले होते. सारी गडबड. त्या विस्तृत मैदानात मोठमोठे कारखाने उघडण्यात आले होते. आंबराई जाऊन तेथे नवीन घरे बांधण्यात आली होती. ठिकठिकाणी वकिलांच्या पाट्या होत्या. कोर्टकचेरी गावात आली होती. मनूबाबांना स्वत:चे घरही कोठे दिसले नाही. त्यांचा मित्र विनू तोही दिसला नाही. मनूबाबा सर्वत्र पाहात राहिले, त्यांना ओळखीचे कोणी भेटेना आणि त्यांनाही कोणी ओळखीना. साऱ्या सायगावात ते भटकले. शेवटी ते बहुळा नदीच्या तीरावर आले. परंतु बहुळेच्या पाण्यात आता गावातील गटारे सोडण्यात आली होती! ती लोकमाता लेकरांची सारी घाण धुऊन नेत होती. मनूबाबास वाईट वाटले. ते हिंडत हिंडत वरच्या बाजूस गेले. जेथे पाणी निर्मळ होते तेथे गेले. तेथे ते बसले. बहुळेचे निर्मळ मधुर असे पाणी ते ओंजळीने प्यायले. त्या बहुळेचेच पाणी पिऊन ३५ वर्षांपूर्वी ते मध्यरात्री निघून गेले होते. पुन्हा तिचे पाणी पिऊन ते उठले. त्यांनी बहुळेला प्रणाम केला. पुन्हा मनूबाबा उठले. आता सायंकाळ होत आली होती. अंधार पडू लागला होता. मनूबाबा गावात आले. गावात जिकडे तिकडे विजेच्या दिव्यांचा लखलखाट होता. म्हाताऱ्या मनूबाबांचे डोळे दिपून गेले.

सायगावला प्रणाम करून ते परत फिरले. त्या दिवशी सायंकाळी रामू व सोनी फिरायला गेली होती. तो तिकडून कोणी तरी येत आहे असे त्यांना दिसले. दोघेजण धावत गेली.

"बाबाच ते."

"चालत येत आहेत."

हो. ते मनूबाबाच होते. पाठीवर लहानसे गाठोडे होते. हातात काठी होती. ते वाकले होते. हळूहळू येत होते. सोनी धावतच गेली व तिने ते गाठोडे घेतले.

"बाबा, चालत कशाला आलेत?"

"गाडीनेच आलो. परंतु गाव दिसू लागल्यावर उतरलो. गाडीवानाला दुसरीकडे जायचे होते. कशाला त्याला हिसका? आता सायंकाळ होत आली. मला आता एकट्यानेच जायचे आहे. माझ्या पापपुण्याची काठी हातात घेऊन देवाकडे जायचे आहे. खरे ना?"

"बाबा, तुमच्या जन्मभूमीहून आम्हांला काय आणलंत?"

"कर्तव्य नि प्रेम. ह्या दोन वस्तू मी तुम्हांला देतो. ह्या माझ्या शेवटच्या देणग्या. रामू, सोन्ये, सुखाने संसार करा. जपून वागा. संसार करा. जपून वागा. संसार म्हणजे सर्कशीचा खेळ. तारेवरून चालणं. तोल सांभाळावा लागतो. संयमाची छत्री हातात धरून चाला, म्हणजे तारेवरून पडणार नाहीत. परस्परांस सांभाळा. शेजाऱ्यापाजाऱ्यांना मदत करा. परावलंबी होऊ नका. चैन करू नका. कंजूषपणाही नको. सारं प्रमाणात असावं. प्रमाणांत सौंदर्य आहे. समजलं ना?"

"बाबा, तुमच्या सांगण्याप्रमाणे आम्ही वागू. तुमचा आशीर्वाद आम्हांला सांभाळील."

"परंतु तुम्ही आम्हांला अजून पुष्कळ दिवस हवेत." सोनी म्हणाली.

"ते का आपल्या हाती? ते बघ दूर दिवे चमकताहेत." मनूबाबा म्हणाले.

★ ★ ★